पुणे विद्यापीठाच्या प्रथम वर्ष कला शाखेच्या (F.Y.B.A.) २०१३-१४च्या
सुधारित अभ्यासक्रमानुसार लिहिलेले राज्यशास्त्राचे क्रमिक पुस्तक;
तसेच महाराष्ट्रातील इतर सर्व विद्यापीठांना उपयुक्त.

I0556328

भारतीय शासन व राजकारण

Indian Government and Politics

डॉ. नितीन बिरमल
डॉ. वैशाली पवार

डायमंड पब्लिकेशन्स

भारतीय शासन व राजकारण
डॉ. नितीन बिरमल, डॉ. वैशाली पवार

Indian Government and Politics
Dr. Nitin Birmal, Dr. Vaishali Pawar

प्रथम आवृत्ती : जून २०१३

ISBN 978-81-8483-527-4

© डायमंड पब्लिकेशन्स

मुखपृष्ठ
शाम भालेकर

प्रकाशक
डायमंड पब्लिकेशन्स
२६४/३ शनिवार पेठ, ३०२ अनुग्रह अपार्टमेंट
ओंकारेश्वर मंदिराजवळ, पुणे-४११ ०३०
☎ ०२०-२४४५२३८७, २४४६६६४२
info@diamondbookspune.com
www.diamondbookspune.com

प्रमुख वितरक
डायमंड बुक डेपो
६६१ नारायण पेठ, अप्पा बळवंत चौक
पुणे-४११ ०३० ☎ ०२०-२४४८०६७७

प्रस्तावना

राज्यशास्त्र विषयाचा अभ्यासक्रम दर तीन वर्षांनी पदवीस्तरावर बदलतो. महाराष्ट्रातील सर्व विद्यापीठात भारतीय शासन आणि राजकारण हा पेपर आहे. त्यामुळे भारतीय शासन आणि राजकारण या पेपरसाठी उपयुक्त ठरणारे हे अभ्यास साहित्य आहे. पुस्तक तयार करण्याचा मुख्य हेतू विद्यार्थ्याला विषय समाजावा हा आहे. त्यामुळे विषय सोपा करण्याचा एक प्रयत्न केला आहे.

राज्यशास्त्र हा विषय सामाजिक शास्त्रापैकी एक आहे. परंतु, हा विषय सर्वसामान्य स्वरूपाचा नाही; कारण त्यामध्ये राजकीय प्रक्रिया ही उपविद्याशाखा अत्यंत महत्त्वाची आहे. या उपविद्याशाखेची ओळख या पेपरच्या माध्यमातून होण्यासाठी हा अभ्यासक्रम मदत करेल.

भारतीय राज्यघटना, भारतीय राज्यघटनेचा सरनामा/तत्त्वज्ञान, संसदीय लोकशाही, संघराज्य, न्याय मंडळ मूलभूत हक्क, कर्तव्ये आणि राज्याच्या धोरणाची मार्गदर्शक तत्त्वे, केंद्रीय शासनाची रचना, यामध्ये काळानुसार फेरबदल झाले आहेत. फेरबदल नेमके का झाले, फेरबदलांचे स्वरूप कोणते होते. फेरबदलांमुळे व्यक्ती आणि शासन यांच्या संबंधांमध्ये कोणते बदल कायद्याच्या चौकटीत झाले या प्रक्रियेचा अभ्यास या पेपरच्या माध्यमातून करता येतो. अशा प्रकारचा फेरबदल घडतानाची राजकीय प्रक्रियाही अभ्यासली जाते. त्यामुळे स्पर्धा परीक्षा आणि नागरिकशास्त्र याच्यापेक्षा वेगळा म्हणजेच राज्यशास्त्र केंद्रित हा अभ्यासक्रम आहे. त्यामुळे या पुस्तकांची मांडणी राज्यशास्त्र केंद्रित केली आहे.

पक्षीय व्यवस्था आणि निवडणूक, प्रादेशिक पक्षांचा उदय व भूमिका, प्रदेशवाद व विकासाचा प्रश्न हा भाग राजकीय प्रक्रिया घडण्यामध्ये कृतिशील असतो. ते घटक राजकीय प्रक्रिया कशी घडवतात. हे अभ्यासण्यासाठी उपयुक्त ठरणारे आहेत. यातून राज्यकारभारांच्या यंत्रणा व त्यांचे बदलेले स्वरूप आणि पक्ष, जात, धर्म, विकास, प्रदेश या घटकांशी असलेले राजकीय संबंध कोणत्या प्रकारचे होते हे समजण्यास पुस्तक उपयुक्त आहे.

राजकीय प्रक्रिया म्हणजे एका बाजूने तडजोडी आणि दुसऱ्या बाजूने संघर्ष असतो. त्यामुळे औपचारिक आणि अनौपचारिक संस्थांच्या मदतीने तडजोडी आणि

संघर्ष यांनी जागा कशी व्यापली आहे, हे समजून घेण्यासाठी या पुस्तकाचा उपयोग करावा. तडजोडीचे विविध मार्ग आणि संघर्षांच्या विविध पद्धती यांचे लोकशाही चौकटीतील विविध नमुने म्हणून या अभ्यासक्रमाकडे पहाता येईल. म्हणजेच राज्यघटना, संघराज्य, संसद, कायदेमंडळ, न्यायमंडळ यांचा या पद्धतीने अभ्यास करता येईल. तर पक्ष हा घटक, व्यक्ती आणि राजकारण यांना जोडणारा दुवा म्हणूनही पहाता येईल. जात हा घटक प्रभुत्वाचे एक साधन आणि दुसरे साधन म्हणजे विकासाचे अशा दोन्ही पद्धतीने अभ्यासता येतो. राज्य कारभारातून विकास हा विशिष्ट प्रदेशाचा होतो. म्हणजे शासनाच्या धोरणाचा परिणाम म्हणजे प्रदेशवाद होय. हा दृष्टिकोन अभ्यासक्रमास असावा. म्हणजे राज्यशास्त्र विषयाशी संबधित ज्ञानव्यवहार होईल. सारांश, राजकीय प्रक्रियेत अनेक घटक काम करत असतात. त्या घटकांचे काम कसे चालते. हे आपणास येथे अभ्यासता येईल. अशा प्रकारचे अभ्यास साहित्य तयार करण्यासाठी प्रा. यशवंत सुमंत, प्रा.सुहास पळशीकर, प्रा.अशोक चौसाळकर, प्रा. भारती पाटील, प्रा. राजेश्वरी देशपांडे, प्रा. राजेंद्र व्होरा, प्रा. य. दि. फडके, प्रा.योगेंद्र यादव, प्रा. गोपाळ गुरू यांच्या साहित्यांचा उपयोग केला आहे. हे अभ्यास साहित्य असल्यामुळे त्यांनी मांडलेले मुद्दे पुस्तकात आले आहेत. त्याबद्दल त्यांचे आम्ही आभारी आहोत. याशिवाय असे वेगळ्या पद्धतीचे अभ्यास साहित्य छापण्याची जबाबदारी डायमंड पब्लिकेशन्सचे श्री. दत्तात्रेय पाष्टे यांनी घेतली त्याबद्दल आम्ही त्यांचेही आभारी आहोत.

डॉ. नितीन बिरमल
डॉ. वैशाली पवार

लेखक-परिचय

डॉ. नितीन बिरमल

डॉ. आंबेडकर कला व वाणिज्य महाविद्यालय (येरवडा), पुणे येथे राज्यशास्त्राचे प्राध्यापक म्हणून कार्यरत. गेली २० वर्षे महाराष्ट्राच्या राजकारणाविषयी विविध संशोधन प्रकल्पांशी संलग्न. निवडणूक अभ्यासांखेरीज 'महाराष्ट्राच्या राजकीय अर्थव्यवस्थेचा अभ्यास' हा त्यांच्या अभ्यासाचा एक महत्त्वाचा भाग आहे. त्यांनी महाराष्ट्र फाऊंडेशनसाठी पुणे शहराच्या औद्योगिक विकासाचे विश्लेषण करणारा संशोधन प्रकल्प १९९९ मध्ये पूर्ण केला आहे. Economical and Political Weekly व समाज प्रबोधन पत्रिका यामध्ये संशोधनपर लेखन प्रसिद्ध झाले आहे.

डॉ. वैशाली प्रकाश पवार

पुणे विद्यापीठातील 'राज्यशास्त्र व लोकप्रशासन विभाग' येथून पदव्युत्तर एम.ए.चे शिक्षण पूर्ण केले. 'पिंपरी-चिंचवड शहराचे राजकारण' हा विषय घेऊन एम.फिल. पदवी मिळवली. तसेच त्यानंतर 'पश्चिम महाराष्ट्रातील महापालिकांचे राजकारण' या विषयाचा सखोल अभ्यास करून पुणे विद्यापीठातर्फे पीएच.डी. ही पदवी प्राप्त केली.

अखिल भारतीय मराठा शिक्षण परिषदेचे श्री. शाहू मंदिर महाविद्यालय, पर्वती, पुणे येथे सध्या राज्यशास्त्र व लोकप्रशासन या विषयाच्या विभागप्रमुख म्हणून कार्यरत आहेत. महिलांचा सत्तासंघर्षाचा आलेख या पुस्तकाच्या लेखिका. 'महाराष्ट्राचे राजकारण : राजकीय प्रक्रियेचे स्थानिक संदर्भ' या संदर्भ पुस्तकात 'पश्चिम महाराष्ट्रातील महापालिकांचे राजकारण' या विषयावर लेख. 'वसा यशवंतरावांचा, वारसा शरदरावांचा' या पुस्तकात 'शहरी विकासाचे राजकारण' या विषयावर लेख. समाजप्रबोधन पत्रिका, पुरोगामी सत्यशोधक व परिवर्तनाचा वाटसरू या मासिकांमध्ये निवडणूकविषयक लेख प्रसिद्ध झाले आहेत.

महाराष्ट्र विधानसभा पातळीवरील महिला नेतृत्वाचा अभ्यास हा बीसीयूडी, पुणे विद्यापीठ यांच्या सहकार्याने मायनर संशोधन प्रकल्प पूर्ण केला आहे.

पुणे विद्यापीठ

प्रथम वर्ष कला शाखेचा राज्यशास्त्र या विषयाचा अभ्यासक्रम

जनरल पेपर–१

भारतीय शासन आणि राजकारण

भाग – १

प्रकरण १

भारतीय राज्यघटनेची पार्श्वभूमी व वैशिष्ट्ये

अ) घटना समितीची निर्मिती

ब) भारतीय राज्यघटनेचा सरनामा/तत्त्वज्ञान

क) महत्त्वाची वैशिष्ट्ये :- संसदीय लोकशाही, संघराज्यवाद, स्वतंत्र न्यायदान मंडळ, सामाजिक न्याय व सामाजिक परिवर्तन किंवा बदल

प्रकरण २

मूलभूत हक्क, कर्तव्ये आणि राज्याच्या धोरणाची मार्गदर्शक तत्त्वे

अ) मूलभूत हक्कांचे स्वरूप– महत्त्वाचे मूलभूत हक्क– समानतेचा हक्क, स्वातंत्र्याचा हक्क, धार्मिक स्वातंत्र्याचा हक्क, सांस्कृतिक व शैक्षणिक हक्क

ब) मूलभूत कर्तव्यांचे महत्त्व

क) मार्गदर्शक तत्त्वांचे स्वरूप व महत्त्व

प्रकरण ३

संघराज्यवाद

अ) भारतीय संघराज्याची वैशिष्ट्ये

ब) केंद्र– राज्य संबंध

क) संघर्षाचे मुद्दे– पाणी, सीमा, संसाधनांमधील वाटा

प्रकरण ४

केंद्रीय शासनाची रचना

कायदेमंडळ, कार्यकारी मंडळ, न्यायमंडळ

अ) केंद्रीय कायदेमंडळ– रचना, सत्ता व भूमिका

ब) केंद्रीय कार्यकारीमंडळ– राष्ट्रपती, पंतप्रधान व त्यांचे मंत्रिमंडळ – कार्य व भूमिका

क) न्याय मंडळ – स्वरूप – सर्वोच्च न्यायालयाची सत्ता व कार्ये

भाग – २

प्रकरण ५
राज्यशासनाची रचना
कायदेमंडळ, कार्यकारी मंडळ, न्यायमंडळ

अ) राज्य कायदेमंडळ- रचना, सत्ता, भूमिका

ब) राज्य कार्यकारीमंडळ- राज्यपाल, मुख्यमंत्री व त्यांचे मंत्रिमंडळ – भूमिका व कार्ये

क) न्यायमंडळ- स्वरूप, उच्च न्यायालय सत्ता व कार्ये

प्रकरण ६
पक्षीय व्यवस्था आणि निवडणूक

अ) पक्षीय व्यवस्थेचे स्वरूप आणि बदलता प्रकार

ब) निवडणूक :- निवडणूक व्यवस्थेची वैशिष्ट्ये व मतदार वर्तणुकीचे प्रकार

क) प्रादेशिक पक्षांचा उदय व भूमिका

प्रकरण ७
भारतीय राजकारणातील जात व धर्माची भूमिका

अ) जात व अस्मितेचे राजकारण

ब) ओबीसींचा उदय

क) धर्म आणि जमातवादाचे राजकारण

प्रकरण ८
प्रदेशवाद व विकासाचा प्रश्न

अ) प्रदेशवादाची कारणे व प्रारूपे

ब) विकासाचा प्रश्न- असंतुलित विकास, प्रादेशिक असंतुलन- गरिबी, आरोग्य, शिक्षण

अनुक्रम

प्रस्तावना
लेखक-परिचय
अभ्यासक्रम

विभाग १

प्रकरण १

भारतीय राज्यघटनेची पार्श्वभूमी व वैशिष्ट्ये

भारतीय राज्यघटनेची पार्श्वभूमी व वैशिष्ट्ये

अ) घटना समितीची निर्मिती

ब) भारतीय राज्यघटनेच्या सरनाम्यातील तत्वज्ञान

क) महत्त्वाची वैशिष्ट्ये :- संसदीय लोकशाही, संघराज्यवाद, स्वतंत्र न्याय मंडळ, सामाजिक न्याय व सामाजिक परिवर्तन किंवा बदल

प्रस्तावना

देशाचा शासनव्यवहार सुरळीतपणे चालविण्यासाठी निश्चित स्वरूपाच्या नियमांची आवश्यकता असते. शासन संस्थेलादेखील हेच तत्त्व लागू पडते. अशा प्रकारच्या नियमांच्या संचाला राज्यघटना असे म्हणतात. राज्यघटनेमध्ये त्या समाजाच्या ध्येयांचे, उद्दिष्टांचे स्वरूप व्यक्त केलेले असते. या कारणामुळेच राज्यघटनेला देशाच्या शासनव्यवहारामध्ये मध्यवर्ती स्थान असते. राज्यघटनेला देशाचा मूलभूत कायदा असे म्हणतात. संविधान हे शासन चालवण्याचे साधन आहे. राज्यघटनेच्या, कायद्याच्या चौकटीत राहून व्यवहारासाठी उपकायदे किंवा नियम केले जातात. राज्यघटनेच्या अभ्यासामुळे त्या देशाच्या शासनयंत्रणांचे स्वरूप कळते. शासनावर त्या-त्या राज्यघटनेने निश्चित स्वरूपाची नियंत्रणे घातलेली असतात. राज्यघटनेमध्ये शासनयंत्रणेचा तपशील सांगितलेला असतो. याखेरीज शासनावरील मर्यादादेखील नोंदविलेल्या असतात त्यामुळे नागरिकांना शांतता व सुव्यवस्थेची हमी मिळते आणि आपल्या नागरी हक्कांचीदेखील हमी मिळते.

शासन राज्यघटनेवर आधारित असावे. राज्यघटनेद्वारा मर्यादित शासन निर्माण केले जावे या विचारांचा पुरस्कार म्हणजे घटनावाद होय. हा विचार भारतीय राज्यघटनेमध्ये आहे. घटनावाद हा आधुनिक विचार आहे. व्यक्तीचे व राज्यसंस्थेचे

संबंध कोणत्या स्वरूपाचे असावेत हा कळीचा प्रश्न आहे. या प्रश्नाचे उत्तर राज्यघटनेत मिळते. व्यक्तीचे अधिकार अमर्यादित केले तर राज्यसंस्थेचे अधिकार मर्यादित होतात, जर राज्यसंस्थेचे अधिकार अमर्यादित केले तर व्यक्तीचे अधिकार मर्यादित होतात. हा प्रश्न भारतीय राज्यघटनेत घटनावादाच्या मदतीने सोडविण्यात आला आहे. भारतीय राज्यघटनेने राज्यसंस्था सामर्थ्यवान होऊ नये व अगदी प्रबळ होऊन तिने व्यक्तीचे स्वातंत्र्य नष्ट करू नये. शासनसंस्था व व्यक्तीचे स्वातंत्र्य या दोन्ही गोष्टीत संतुलन भारतीय राज्यघटनेत साधले गेले आहे का? हा मुद्दा आपण अभ्यासणार आहोत. कारण एका बाजूला व्यक्तीचे स्वातंत्र्य व दुसऱ्या बाजूला राज्याचे सामर्थ्य सांभाळणे हे घटनावादाचे मूळ तत्त्व आहे; पण वास्तवामध्ये हा समतोल बिघडतो तेथे असमतोल आढळतो. व्यक्तीचे स्वातंत्र्य कसे जपावे? याबद्दल घटनावादाचा असा विचार आहे की शासनाचे अधिकार मर्यादित करावेत म्हणजेच मर्यादित शासन हे घटनावादाचे वैशिष्ट्य आहे. यातूनच कायदा व सुव्यवस्था आणि सामूहिक हित ही दोन घटनावादाची ध्येये आहेत. म्हणजेच समाजात कायद्याच्याद्वारे सुव्यवस्था प्रस्थापित करण्याचे कार्य हे एका बाजूला तर दुसऱ्या बाजूने न्याय प्रस्थापित करण्यासाठी सामूहिक हितसंबंधांना बाधा न पोहचू देणे या दोन बाजूंचा समावेश घटनावादात आहे. ही प्रक्रिया भारतीय राज्यघटनेमध्ये घडून आणलेली आहे. भारतीय राज्यघटनेने व्यक्तीची प्रतिष्ठा व सार्वत्रिक हित यांची सांगड घातली आहे. व्यक्ती व समाज यांचे संतुलन राखले आहे. राज्यघटनेने तयार केलेले राज्य हे एकाच वेळी मित्र व शत्रू असते. या दोन्ही नात्याचा शोध घेतला आहे. भारतीय राज्यघटना निर्मितीत या घटनावादाचे तत्त्वज्ञान सामावलेले आहे. म्हणजेच थोडक्यात राज्यघटनेत सत्तासंबंध संतुलित केलेले आढळतात. ही प्रक्रिया कशी घडली याबद्दलचे ज्ञान राज्यघटनेची पार्श्वभूमी व वैशिष्ट्ये यांच्यामधून आपण करून घेणार आहोत.

भारताची राज्यघटना – पार्श्वभूमी

स्वातंत्र्यपूर्व काळात भारताचा शासनव्यवहार करण्यासाठी ब्रिटिश शासनाने काही कायदे केले होते. लोकांच्या असंतोषाला तोंड देण्यासाठी या कायद्यांच्याद्वारे लोकनियुक्त शासनाची सुरुवात ब्रिटिशांनी केली. काटेकोरपणे या कायद्यांना राज्यघटना म्हणता येणार नाही; पण स्वातंत्र्यापूर्वी भारतातील राज्यकारभाराचे स्वरूप कसे होते ते या कायद्यांवरून समजते. तसेच आपल्या राज्यघटनेमधील काही मुख्य वैशिष्ट्यांचे उगमस्थान देखील याच कायद्यांमध्ये सापडते. आपल्या घटनाकारांवर ब्रिटिश विचारांचा प्रभाव पडला. म्हणून आपण ब्रिटिश शासनपद्धतीची थोडीफार वैशिष्ट्ये स्वीकारली. त्याचप्रमाणे ब्रिटिशांनी भारतात राबविलेल्या शासनयंत्रणेची उपयुक्तता पटल्यामुळेही

काही बाबतीत आपल्या राज्यघटनेत ब्रिटिश शासन पद्धतीचा स्वीकार केला गेला. अशा प्रकारे भारतीय घटना विषयक इतिहास हा घटनासमितीपासून सुरू होत नाही तर ब्रिटिश संसदेकडे भारताच्या राज्यकारभाराचे नियंत्रण प्रत्यक्षपणे गेले तेव्हापासून सुरू होतो (१८५८).

अ) प्रारंभीचे कायदे (१८५८-१८९२)

१) १८५८ चा कायदा

प्रारंभी भारताच्या कारभाराची सूत्रे ईस्ट इंडिया कंपनीकडे होती. १८५८ मध्ये ही व्यवस्था बदलली. त्यानंतर ब्रिटिश संसदेकडे सर्व कारभार गेला. या बदलानंतर भारताच्या कारभारासाठी जो कायदा केला गेला तो म्हणजे १८५८ चा 'गव्हर्न्मेंट ऑफ इंडिया ॲक्ट' होय. या कायद्याप्रमाणे गव्हर्नर जनरलकडे सर्व अधिकार सोपविण्यात आले. त्याला मदत करण्यासाठी एक कार्यकारी मंडळ होते; पण त्या मंडळामध्ये फक्त सरकारी अधिकारीच असत. राज्य कारभाराच्या सोयीसाठी विभाग करून त्यांची जबाबदारी गव्हर्नरांकडे सोपविली गेली; पण शासन एकात्म पद्धतीचे होते. या सर्व यंत्रणेमध्ये भारतीयांचा कोणताही सहभाग नव्हता. १८५८ च्या कायद्यातील मुख्य तरतुदी पुढील प्रमाणे होत्या-

१) गव्हर्नर-जनरलचे पूर्ण नियंत्रण.
२) एकात्म शासनपद्धती.
३) भारतीयांचा शासनात सहभाग नाही.
४) कोणत्याही पदासाठी निवडणूक नाही.

२) १८६१ चा कायदा

१८६१ मध्ये कायदा केला गेला. या कायद्याने भारतीयांना प्रतिनिधित्व देण्याची तरतूद केली गेली. हा कायदा १८६१ चा 'इंडियन कौन्सिल ॲक्ट' या नावाने ओळखला जातो. त्यानुसार गव्हर्नर-जनरलच्या मंडळांवर सरकारी अधिकाऱ्यांखेरीज इतरांची नेमणूक करण्याची तरतूद केली गेली. मात्र, या तरतुदीप्रमाणे नेमल्या जाणाऱ्या भारतीयांना कायद्यांचे प्रस्ताव मांडण्याचे अधिकार होते. हा कायदा (१८६१) होऊन देखील मंडळांमध्ये अधिकाऱ्यांचेच बहुमत राहिले. सर्व कारभार प्रत्यक्षात गव्हर्नर-जनरलकडे राहिला. या १८६१ च्या कायद्यामध्ये लोकांनी प्रतिनिधी निवडण्याची तरतूद नव्हती. या १८६१ च्या कायद्याची वैशिष्ट्ये पुढील प्रमाणे होती-

१) गव्हर्नर-जनरलचे नियंत्रण कायम.
२) काही भारतीयांची प्रतिनिधी मंडळावर नेमणूक.
३) भारतीय सभासदांना अगदी थोडे अधिकार.

३) १८९२ चा कायदा

१८९२ मध्ये कायदा केला गेला. त्या कायद्यानुसार प्रतिनिधींच्या निवडणुकीच्या पद्धतीची सुरुवात झाली. मात्र, त्या कायद्यामध्येदेखील प्रत्यक्ष निवडणुकीची तरतूद नव्हती. मात्र, नगरपालिका, विद्यापीठे, चेंबर्स ऑफ कॉमर्स या संस्थांना प्रतिनिधी निवडण्याचा अधिकार मिळाला. १८९२ च्या कायद्याने प्रतिनिधी मंडळांचे अधिकार थोडेसे वाढविले. प्रतिनिधींना वार्षिक अर्थसंकल्पावर चर्चा करण्याचा अधिकार देण्यात आला. प्रतिनिधी कार्यकारी मंडळाला प्रश्न विचारू शकतील अशीही तरतूद या कायद्यामध्ये करण्यात आली. या १८९२ च्या कायद्याची मुख्य वैशिष्ट्ये पुढील प्रमाणे होती.

१) अंशत: आणि अप्रत्यक्ष निवडणुका (केवळ प्रांतांमध्ये).

२) प्रतिनिधींच्या अधिकारांमध्ये थोडी वाढ.

ब्रिटिश सरकारने केलेल्या कायद्यावरून भारतीयांना काही अधिकार देण्याचे धोरण या काळात ब्रिटिश सरकारने स्वीकारले होते असे यावरून दिसते.

ब) विसाव्या शतकातील कायदे

१) १९०९ च्या सुधारणा

भारतीयांना जास्त अधिकार द्यावेत. स्वयंशासनाची पद्धत अमलात आणावी, या मागण्या अभिजन वर्गांकडून केल्या गेल्या. १८५५ मध्ये काँग्रेसची स्थापना झाल्यानंतर या मागण्या पुढे रेटण्याचे प्रयत्न काँग्रेसने केले. स्वयंशासनाच्या आणि ब्रिटिश पद्धतीच्या प्रातिनिधिक शासनाच्या मागणीसाठी काँग्रेसने जनमत संघटित करून चळवळींचा मार्ग स्वीकारला. यानंतर १९०९ मध्ये सुधारणा ब्रिटिश सरकारने केल्या. या सुधारणा 'मोर्ले-मिंटो सुधारणा' म्हणून प्रसिद्ध आहेत. त्या १९०९ च्या कायद्याची मुख्य वैशिष्ट्ये पुढील प्रमाणे होती-

१) प्रतिनिधींच्या अधिकारांमध्ये आणखी वाढ.

२) प्रांतीय कायदेमंडळामध्ये भारतीयांचे बहुमत.

३) मुस्लिमांना स्वतंत्र प्रतिनिधित्व.

२) माँटफर्ड सुधारणा

काँग्रेसने १९०९ नंतर लोकाभिमुख शासनाची मागणी केली. विशेषत: टिळक आणि बेझंट यांनी १९१५ नंतर 'होमरूल' म्हणजे स्वराज्याचा जोरदार प्रचार केला. काँग्रेसने १९१६ मध्ये मुस्लीम लीगशी समझोता केल्यामुळे स्वराज्याच्या मागणीचा जोर वाढला होता. त्याआधीच १९१४ मध्ये युरोपात पहिले महायुद्ध सुरू झाले होते. त्या युद्धामध्ये भारतीयांच्या मदतीची ब्रिटिश सरकारला आवश्यकता होती; पण सहकार्य मिळविण्यासाठी भारतीयांच्या मागण्यांवर विचार होणे आवश्यक होते. शासनाच्या सर्व

शाखांमध्ये भारतीयांना अधिक महत्त्वाचे स्थान दिले जाईल असे आश्वासन दिले होते (ऑगस्ट १९१७). या १९१९ च्या कायद्याची मुख्य वैशिष्ट्ये पुढील प्रमाणे होती.

१) केंद्रामध्ये द्विसभागृह पद्धतीचे कायदेमंडळ.

२) काही प्रमाणात प्रांतीय स्वायत्तता.

३) प्रांतांमध्ये 'द्विदल' पद्धतीचे शासन.

माँटेग्यू आणि चेम्सफर्ड यांनी ज्या शिफारशी केल्या त्या माँटफर्ड शिफारशी म्हणून ओळखल्या जातात. त्यांच्या शिफारशींच्या आधारे १९१९ चा 'गव्हर्न्मेंट ऑफ इंडिया अॅक्ट' हा कायदा तयार करण्यात आला. १९१९ च्या कायद्यानुसार केंद्रीय कायदे मंडळ हे द्विसभागृहपद्धतीचे करण्यात आले. दोन्ही सभागृहांमध्ये निवडून आलेल्या प्रतिनिधींचे बहुमत होते. परंतु, मुस्लिमांचे स्वतंत्र प्रतिनिधित्व कायम राहिले. १९१९ च्या कायद्याचे याखेरीजचे एक वैशिष्ट्य म्हणजे काही अधिकारांचे विकेंद्रीकरण केले. त्यांना प्रांतांकडे सोपविण्यात आले. त्याचप्रमाणे शासनाच्या कायदेविषयक अधिकारांचे दोन गट करून एका गटातील विषय फक्त गव्हर्नर आणि त्याचे कार्यकारी मंडळ यांच्याकडेच सोपविले गेले.

३) गव्हर्न्मेंट ऑफ इंडिया अॅक्ट (१९३५)

स्वातंत्र्यपूर्व काळातील सर्वांत महत्त्वाचा कायदा 'गव्हर्न्मेंट ऑफ इंडिया अॅक्ट' हा होता (१९३५). १९३५ मध्ये भारताच्या शासनयंत्रणेमध्ये महत्त्वाचे फेरबदल करणारा नवा कायदा करण्यात आला. १९३५ च्या कायद्याने केंद्रशासनामध्ये 'द्विदल' पद्धती स्वीकारण्यात आली. म्हणजे ठराविक विषय फक्त गव्हर्नर जनरल आणि कार्यकारी मंडळ यांच्या नियंत्रणाखाली राहिले आणि इतर विषयांवर त्यांनी कायदेमंडळाशी विचारविनिमय करून निर्णय घ्यावेत असे ठरविले गेले. या १९३५ च्या कायद्याची मुख्य वैशिष्ट्ये पुढील प्रमाणे होती-

१) प्रांतीय स्वायत्तता.

२) केंद्रामध्ये 'द्विदल' पद्धती.

३) फेडरल (संघराज्याचे) न्यायालय.

४) गव्हर्नर-जनरलचे वर्चस्व कायम.

या कायद्याने प्रांतीय स्वायत्ततेची सुरुवात केली. केंद्रसरकार आणि प्रांतांची सरकारे यांना अधिकार वाटून देण्यात आले. ज्या विषयांवर फक्त केंद्रीय कायदेमंडळाने कायदे करावयाचे ते 'संघसूची' मध्ये समाविष्ट केले गेले. दुसऱ्या 'प्रांतसूची' मधील विषयांवर कायदे करण्याचे अधिकार फक्त प्रांतीय कायदेमंडळांना दिले गेले. याखेरीज

केंद्रीय आणि प्रांतीय दोन्ही कायदेमंडळे ज्यावर कायदे करू शकतील अशी विषयांची तिसरी यादी बनविली गेली. त्या यादीला 'सामाईक सूची' किंवा 'समवर्ती सूची' असे नाव होते. मात्र, १९३५ च्या कायद्यामध्ये एखाद्या प्रांतामध्ये आणीबाणी घोषित करण्याचा अधिकार गव्हर्नर-जनरलला दिलेला होता. अशा आणीबाणीच्या परिस्थितीमध्ये 'प्रांतसूची' मधील विषयांवर केंद्रीय कायदेमंडळ कायदे करू शकत असे. शिवाय गव्हर्नर-जनरलला देशभर आणीबाणी जाहीर करण्याचा अधिकार होता. त्या परिस्थितीत केंद्रीय कायदेमंडळाचे सर्व अधिकार स्थगित होऊन गव्हर्नर-जनरल आणि त्याचे कार्यकारी मंडळ यांच्याकडे सर्व अधिकारांचे केंद्रीकरण होण्याची तरतूद होती. मुस्लिमांप्रमाणेच ख्रिश्चन, शीख या धर्माच्या लोकांना आणि युरोपियन, अँग्लो-इंडियन गटांना स्वतंत्र प्रतिनिधित्व देण्यात आले. १९३५ च्या कायद्याचे आणखी एक वैशिष्ट्य म्हणजे संपूर्ण देशासाठी फेडरल म्हणजे संघराज्याच्या न्यायालयाची स्थापना करण्यात आली. हे न्यायालय १९३७ मध्ये प्रत्यक्षात स्थापन झाले. १८५८ ते १९३५ पर्यंतच्या महत्त्वाच्या कायद्यांच्या तपशीलावरून भारतात प्रातिनिधिक शासनाचा विकास कसा कसा होत गेला हे दिसते आणि या घटनाविषयक इतिहासाने आपल्या राज्यघटनेवर कसा प्रभाव पडला हे देखील दिसते. वर नोंदविलेली वैशिष्ट्ये स्वतंत्र भारताच्या राज्यघटनेमध्येदेखील कायम राहिलेली आहेत. त्यावरून १९१९ आणि १९३५ च्या कायद्यांचे महत्त्व लक्षात येते.

अ.	कायदा	केंद्र शासन	प्रांतांचे शासन
१	१८५८	गव्हर्नर-जनरल आणि कार्यकारी मंडळ (सर्व अधिकारी)	गव्हर्नर-जनरल आणि कार्यकारी मंडळ (सर्व अधिकारी)
२	१८६१	गव्हर्नर-जनरल, गव्हर्नर, कार्यकारी मंडळ आणि प्रतिनिधी मंडळ (फक्त विचारविनिमय)	गव्हर्नर, कार्यकारी मंडळ आणि प्रतिनिधी मंडळ (फक्त विचारविनिमय)
३	१८९२	प्रतिनिधी मंडळाची अप्रत्यक्ष पद्धतीने निवडणूक	
४	१९०९	मुस्लिमांना स्वतंत्र प्रतिनिधित्व	प्रतिनिधित्व मंडळामध्ये भारतीयांचे बहुमत
५	१९१९	द्विसभागृह कायदे मंडळ	द्विदल शासन
६	१९३५	द्विदल शासन, संसदीय स्वरूपाचे कार्यकारी मंडळ, प्रांतीय स्वायत्तता तीन सूची फेडरल (संघराज्याचे) संसदीय कार्यकारी मंडळ न्यायालय	काही प्रांतांमध्ये द्विसभागृहपद्धती, संसदीय कार्यकारी मंडळ

अ) घटना समितीची निर्मिती

स्वातंत्र्यपूर्व काळात जबाबदार राज्यपद्धतीची सुरुवात झाली होती. ब्रिटिश सरकारने भारतासाठी विविध कायदे करून जबाबदार राज्यपद्धतीची सुरुवात केली होती. परंतु, कोणताही कायदा भारतीय जनतेच्या संमतीने केलेला नव्हता. भारतीय जनतेने नेतृत्व करणाऱ्या काँग्रेसची मागणी होती की भारताची शासनव्यवस्था ठरविण्यासाठी भारतीयांच्या प्रतिनिधींनी राज्यघटना तयार करावी.

गांधी आणि नेहरू या नेत्यांनी १९२० नंतरच्या काळात घटनासमितीच्या मागणीचा पाठपुरावा केला. १९३४ नंतर काँग्रेसने अधिकृतपणे घटनासमितीची मागणी केली. घटनासमितीच्या मागणीला महत्त्व का आहे? हे पुढील वैशिष्ट्यावरून दिसते.

१) घटनासमिती हवी याचा अर्थ भारतासाठी ब्रिटिश संसदेने राज्यघटना बनवू नये असा होतो. भारतीयांना आपल्या शासनव्यवस्थेचे स्वरूप ठरविण्याचा अंतिम अधिकार असला पाहिजे.

२) घटनासमितीची मागणी ही वस्तुत: स्वातंत्र्याचीच मागणी होती. ब्रिटिशांच्या वर्चस्वाखेरीज भारतीय जनता स्वत:चे राजकीय भवितव्य घडवू शकेल हा विश्वास त्या मागणीमध्ये दिसून येतो.

३) ब्रिटिश येथून गेल्यावर भारताचा कारभार लोकांच्या इच्छेप्रमाणे चालेल, याची शाश्वती घटनासमितीच्या मागणीद्वारे काँग्रेसने दिलेली होती. परंतु, ब्रिटिश शासनाने ही मागणी मान्य करण्याच्या बाबतीत अनेक वर्षे चालढकल केली. याचे मुख्य कारण म्हणजे भारताला स्वातंत्र्य देण्यास ब्रिटिश राज्यकर्ते तयार नव्हते. या पार्श्वभूमीवर आधारित घटना समितीची स्थापना झाली होती.

क्रिप्स योजना

१९४२ मध्ये ब्रिटिश सरकारने घटनासमितीची मागणी तत्त्वत: मान्य केली होती. त्यामुळे घटना समितीचा तपशील ठरविण्यासाठी १९४२ मध्ये 'क्रिप्स मिशन' पाठवून ब्रिटिश सरकारने घटनासमितीची मागणी तत्त्वत: मान्य केली. परंतु, त्यावेळीदेखील भारतावरील नियंत्रण कायम ठेवून अंतर्गत स्वराज्य देण्याची कल्पना ब्रिटिश सरकार समोर होती. सर स्टॅफर्ड क्रिप्स यांच्या योजनेमध्ये प्रत्येक प्रांताला घटना स्वीकारण्याचा अथवा नाकारण्याचा अधिकार दिलेला होता. परंतु, क्रिप्स योजना काँग्रेसने आणि मुस्लीम लीगने फेटाळून लावली.

कॅबिनेट मिशन

१९४६ मध्ये घटनासमिती बनविण्याचा दुसरा प्रयत्न झाला. तेव्हा ब्रिटिश

कॅबिनेटच्या तीन मंत्र्यांवर तोडगा काढण्याचे काम सोपविले गेले. पेथिक लॉरेन्स, अलेक्झांडर आणि क्रिप्स हे ते तीन मंत्री होते. या तिघांच्या योजनेला 'त्रिमंत्री योजना' किंवा कॅबिनेट मिशन योजना असे म्हणतात. या कॅबिनेट मिशनने भारतासाठी अगदी लवचीक असे संघराज्य सुचविले. त्यामध्ये विभागवार घटनांची देखील तरतूद होती. प्रत्येक प्रांतांच्या कायदे मंडळाने त्या प्रांतांमधून घटना समितीचे सभासद निवडावेत असे कॅबिनेट मिशनने सूचविले होते. संपूर्ण योजनेबद्दल काँग्रेस आणि मुस्लीम लीग यांचे एकमत झाले नाही. या पार्श्वभूमीवर जुलै १९४६ मध्ये घटनासमितीच्या निवडणुका झाल्या. त्या आधीच निवडून आलेल्या प्रांतीय कायदेमंडळांनी आपापल्या प्रांतांच्या लोकसंख्येच्या प्रमाणात घटनासमितीसाठी सभासद निवडले. साधारणपणे दर दहा लाख लोकसंख्येला एक प्रतिनिधी असे प्रमाण होते. मात्र हे प्रतिनिधी निवडताना हिंदू, शीख, मुस्लीम असे प्रत्येक धर्माला लोकसंख्येच्या प्रमाणात प्रतिनिधित्व दिले होते. या निवडणुका संस्थानांमध्ये झाल्या नाहीत. सर्व संस्थानांना मिळून ९३ प्रतिनिधी पाठविण्याचा अधिकार दिला गेला.

घटना समितीचे कामकाज

जुलै १९४६ मध्ये घटना समितीची निवडणूक झाली. त्यानंतर ९ डिसेंबर १९४६ रोजी भारताच्या घटनासमितीचे कामकाज सुरू झाले. हे कामकाज २ वर्षे ११ महिने, १७ दिवस चालले, म्हणजे २६ नोव्हेंबर १९४९ पर्यंत चालले. कामकाजावर सुरुवातीला मुस्लीम लीगचा बहिष्कार होता. पुढे पाकिस्तानची निर्मिती होणार हे स्पष्ट झाल्यावर पाकिस्तानसाठी स्वतंत्र घटनासमिती भरविण्याचे ठरले. त्यामुळे स्वतंत्र भारताच्या घटनासमितीची सभासदसंख्या २९९ झाली. डिसेंबर १९४६ च्या पहिल्या अधिवेशनामध्ये डॉ. राजेंद्रप्रसाद यांची घटनासमितीचे अध्यक्ष म्हणून निवड झाली. याच अधिवेशनामध्ये घटनासमितीची उद्दिष्टे स्पष्ट करणारा ठराव पंडित नेहरूंनी मांडला. सार्वभौम भारताच्या अधिकारांचे उगमस्थान जनता असेल आणि राज्यघटनेमध्ये हक्क, समता आणि न्याय यांची हमी दिली जाईल, या उद्दिष्टांचा ठरावामध्ये स्पष्टपणे उल्लेख केला होता. भारताच्या राज्यघटनेच्या प्रस्तावनेवर या उद्दिष्टांच्या ठरावाचा प्रभाव पडलेला आहे. उद्दिष्टांच्या ठरावाने राज्यघटनेचे स्वरूपदेखील बरेचसे स्पष्ट केलेले दिसते.

घटनासमितीच्या कामकाजाचा दुसरा महत्त्वाचा टप्पा म्हणजे कामकाजाच्या सोईसाठी विषयवार समित्यांची नेमणूक. राज्यघटनेचा संपूर्ण मसुदा तयार करण्याचे काम डॉ. बाबासाहेब आंबेडकरांच्या नेतृत्वाखालील मसुदा समितीकडे सोपविले होते. गोपालस्वामी अय्यंगार, अल्लादी कृष्णस्वामी अय्यर, टी.टी. कृष्णाम्माचारी,

के. एम. मुन्शी आणि महंमद सादुरल्ला हे त्या समितीचे सभासद होते. ऑगस्ट १९४७ ते फेब्रुवारी १९४८ या अवधीत घटनेचा कच्चा मसुदा या समितीने तयार केला. त्यावर घटनासमितीमध्ये सविस्तर चर्चा होऊन तो स्वीकारण्यात आला. त्याआधी संपूर्ण देशभर या मसुद्यावर चर्चा झाली आणि मगच घटनासमितीने २६ नोव्हेंबर १९४९ रोजी मान्यता दिली. त्यावेळी राज्यघटनेत २२ प्रकरणे, ३९५ कलमे व ९ परिशिष्टे होती. २६ जानेवारी १९५० पासून राज्यघटनेची अंमलबजावणी सुरू झाली. आज राज्यघटनेत २४ प्रकरणे, ४४८ कलमे व १२ परिशिष्टे आहेत.

घटना समितीच्या कामकाजाची वैशिष्ट्ये

घटना समितीच्या कामकाजाची खास वैशिष्ट्ये आहेत. त्या वैशिष्ट्यांमुळे घटना समितीच्या कामाचे स्वरूप समजते. शिवाय घटना समितीच्या कामाच्या मर्यादाही समजतात.

(१) घटनासमितीच्या सभासदाच्या निवडीचे स्वरूप

घटनासमिती ही संपूर्णपणे लोकांनी निवडून दिलेली नव्हती; कारण बऱ्याचशा संस्थानांचे प्रतिनिधी हे नेमलेले प्रतिनिधी होते. तसेच निवडून आलेले प्रतिनिधीदेखील अप्रत्यक्षपणे निवडून आले होते. तसेच ते प्रतिनिधी निवडणारी प्रांतीय कायदेमंडळे प्रौढ मतदानाच्या तत्त्वावर निवडलेली नव्हती. १९४६ च्या निवडणुकीच्या वेळेस कर भरणाऱ्या सुशिक्षित अशा नागरिकांनाच मताधिकार होता. त्यामुळे ही घटनासमिती खऱ्या अर्थाने प्रातिनिधिक नव्हती, अशी टीका केली जाते. परंतु, १९४६ मध्ये प्रत्यक्ष निवडणूक मार्गाचा वापर करून घटनासमिती बनविणे शक्य नव्हते.

(२) प्रातिनिधिक स्वरूप

घटनासमिती काटेकोर अर्थाने लोकनियुक्त नव्हती. परंतु, व्यापक अर्थाने ती भारतीय जनतेचे प्रतिनिधित्व करणारी समिती होती. पंडित नेहरू, राजेंद्रप्रसाद, सरदार पटेल, पंत, मुन्शी हे नेते स्वातंत्र्याच्या लढ्यामध्ये अग्रेसर होते. त्याचप्रमाणे इतरही सभासद हे स्वातंत्र्य चळवळीमधील कार्यकर्ते होते आणि त्यांना लोकांच्या आशा अपेक्षांची-आकांक्षांची चांगली जाण होती. या अर्थाने घटनासमिती प्रातिनिधिक होती.

(३) काँग्रेसचा प्रभाव मात्र विचारविनिमयास पुरेशी जागा

घटनासमितीमध्ये ८२ टक्के सभासद हे काँग्रेसचे होते. घटनासमितीवर काँग्रेसचे वर्चस्व होते. परंतु, १९४६ च्या प्रांतीय कायदेमंडळाच्या निवडणुकीत काँग्रेसला भरघोस यश मिळाले. कम्युनिस्ट आणि समाजवादी हे घटनासमितीमध्ये सहभागी

झाले नाहीत, त्यांनी घटनासमितीच्या कामकाजावर बहिष्कार टाकला होता. शिवाय कॉंग्रेसचे स्वरूपदेखील बरेचसे सर्वसमावेशक असल्याने कॉंग्रेसमध्येच अनेक विचारांची माणसे होती. त्यामुळे ८२ टक्के जागा कॉंग्रेसकडे होत्या. असे असूनही चर्चा, विचारविनिमय आणि मतभेद यांना भरपूर वाव होता. म्हणजेच ऐतिहासिक कारणांमुळे घटनासमितीवर कॉंग्रेसचा प्रभाव होता. मात्र, मतभिन्नता दडपली गेली नव्हती. हे घटना समितीच्या कामकाजाचे खास वैशिष्ट्य आहे.

(४) तत्कालीन परिस्थिती

१९४६ मध्ये कामकाज तणावाच्या वातावरणात सुरू झाले होते. कामकाजाला सुरुवात झाली तेव्हा मुस्लीम लीगचे सहकार्य नव्हते. प्रत्यक्षात स्वातंत्र्य कधी मिळणार हे देखील अनिश्चित होते. संस्थानांचा प्रश्न, फाळणीच्या वेळचे हिंदू-मुस्लीम दंगे, निर्वासितांचे लोंढे, काश्मीरवरील आक्रमण, महात्मा गांधींची हत्या या सर्व घटनांमुळे संशयाचे वातावरण निर्माण झाले होते. या अशांत वातावरण घटनासमितीला आपले काम करावे लागले. त्यामुळेच तत्कालीन परिस्थितीच्या पार्श्वभूमीवर त्यांनी भविष्यकाळातील गरजांचा विचार केला. तरीही तटस्थपणे दूरवरचा विचार करण्याचा प्रयत्न घटनासमितीने केला. हे घटना समितीच्या कामकाजाचे खास वैशिष्ट्य आहे.

ब) भारतीय राज्यघटनेचा सरनामा किंवा भारतीय राज्यघटनेच्या सरनाम्यामधून व्यक्त होणारे तत्त्वज्ञान

भारतीय राज्यघटनेची उद्दिष्टे व ध्येये सरनाम्यामधून व्यक्त होतात. भारतीय राज्यघटनेच्या सुरुवातीला जो भाग जोडण्यात आला आहे. त्यास सरनामा असे म्हटले जाते. सरनाम्यामधून राज्यघटनेचे सामाजिक, आर्थिक, राजकीय तत्त्वज्ञान स्पष्ट होते. तसेच राज्यघटना कोणत्या मूल्यांवर आधारलेली आहे ती मूल्यदेखील व्यक्त होतात.

भारतीय राज्यघटनेचा सरनामा

"आम्ही भारताचे लोक, भारताचे एक सार्वभौम, समाजवादी, धर्मनिरपेक्ष, लोकशाही, गणराज्य निर्माण करण्याचे आणि त्याच्या सर्व नागरिकांना-

सामाजिक, राजकीय व आर्थिक न्याय, विचार, अभिव्यक्ती, विश्वास, श्रद्धा व उपासना यांचे स्वातंत्र्य, दर्जा व संधीची समानता, निश्चितपणे प्राप्त करून देण्याचा आणि त्या सर्वांमध्ये व्यक्तीची प्रतिष्ठा व राष्ट्राची एकता व एकात्मता राखणारी बंधुता यांची शाश्वती देण्याचे आमच्या या घटनासमितीत आज २६ नोव्हेंबर, १९४९ रोजी विचारपूर्वक ठरवित आहोत आणि घटना मान्य करीत आहोत व त्यासंबंधी कायदा करून आम्ही तिचा स्वीकार करीत आहोत."

१९७६ साली इंदिरा गांधी सरकारने ४२ वी घटनादुरुस्ती केली. त्यानुसार सरनाम्यामध्ये समाजवादी, धर्मनिरपेक्ष व राष्ट्रीय एकात्मता हे शब्द नव्याने समाविष्ट केले.

भारतीय राज्यघटनेच्या सरनाम्याची वैशिष्ट्ये किंवा सरनाम्यामधून व्यक्त होणारे तत्त्वज्ञान पुढील प्रमाणे आहे.

१) **आम्ही भारतीय जनता :-** भारतीय राज्यघटनेच्या सुरुवातीला 'आम्ही भारतीय जनता' असा शब्दप्रयोग आहे. भारतीय जनतेने ही राज्यघटना निर्माण केलेली असून आम्ही तिचा स्वीकार करीत आहोत असा त्याचा अर्थ आहे. जनता हाच राज्यघटनेचा व अधिसत्तेचा अंतिम स्रोत आहे हे यावरून स्पष्ट होते. भारताची राज्यघटना घटनासमितीने तयार केली होती व घटनासमितीतील सदस्य हे प्रौढ मताधिकाराद्वारे निवडले गेले नव्हते. अशी टीका केली जाते. परंतु, १९५२ साली झालेल्या पहिल्या निवडणुकीमध्ये जनतेने सहभाग घेतला व घटनानिर्मितीत महत्त्वाची भूमिका बजावलेल्या काँग्रेस पक्षाला बहुमत दिले याचा अर्थ ही घटना लोकांना मान्य आहे. भारतीय जनताच भारतीय राज्यघटनेचा उगमस्थान आहे असे म्हणता येते.

२) **सार्वभौम :-** २६ जानेवारी १९५० रोजी भारत सार्वभौम झाला. भारत एक सार्वभौम राष्ट्र आहे याचा अर्थ अंतर्गत व बहिर्गत दृष्ट्या निर्णय घेण्यास तो स्वतंत्र आहे. अंतर्गत बाबतीत निर्णय घेण्यास जनता सर्वोच्च आहे तर राष्ट्राचे ध्येयधोरण ठरविण्याचा अंतिम अधिकार भारताला असून त्यावर कोणत्याही बाह्य सत्तेचे किंवा देशाचे नियंत्रण असणार नाही.

३) **समाजवादी :-** १९७६ साली झालेल्या ४२ व्या घटनादुरुस्तीने समाजवादी हा शब्द सरनाम्यामध्ये नव्याने अंर्तभूत केला. समाजवादी समाजरचना निर्माण व्हावी या उद्देशाने हा शब्द सरनाम्यात समाविष्ट करण्यात आला.

४) **धर्मनिरपेक्ष :-** १९७६ साली झालेल्या ४२ व्या घटनादुरुस्तीने धर्मनिरपेक्ष हा शब्द सरनाम्यामध्ये नव्याने समाविष्ट केला. प्रत्येक व्यक्तीला धार्मिक स्वातंत्र्याचा अधिकार असेल, शासनसंस्थेचा अधिकृत असा कोणताही धर्म असणार नाही असा व्यापक धर्मनिरपेक्षचा अर्थ आहे.

५) **लोकशाही :-** राज्यघटनेने जनतेचे सार्वभौमत्व मान्य करून प्रातिनिधिक लोकशाहीचा स्वीकार केला. याचा अर्थ लोकांना आपला प्रतिनिधी निवडण्याचा हक्क आहे. भारतीय लोकशाही राजकीय, सामाजिक व आर्थिक स्वरूपाची असावी असे घटनाकारांना वाटत होते.

६) **गणराज्य :-** भारताचा राष्ट्रप्रमुख म्हणजे राष्ट्रपती हा वंशपरंपरेने नाही तर निवडणुकीच्या मार्गाने पदावर येतो म्हणून भारत गणराज्य आहे असे म्हणता येते.

७) **न्याय :-** सरनाम्यामध्ये राजकीय, सामाजिक, आर्थिक न्याय प्रस्थापित करण्याचे उद्दिष्ट निश्चित करण्यात आले. समाजातील सर्व प्रकारच्या विषमता नष्ट करून प्रत्येक व्यक्तीला विकासाची समान संधी मिळणे म्हणजे न्याय होय. सामाजिक न्यायामध्ये राज्यसंस्था कोणत्याही कारणांवरून व्यक्ती-व्यक्तींमध्ये भेदाभेद करणार नाही तर आर्थिक न्यायामध्ये आर्थिक समता प्रस्थापित करणे व राजकीय न्यायामध्ये मतदान करणे, निवडणूक लढविणे, राजकीय पक्ष स्थापन करणे व सत्ता मिळवणे या गोष्टी येतात.

८) **स्वातंत्र्य :-** व्यक्तीस्वातंत्र्याशिवाय व्यक्तीविकास होऊ शकत नाही. व्यक्तीचा सर्वांगीण विकास होण्यासाठी तिला निर्णय घेण्याचे व त्यानुसार कृती करण्याचे स्वातंत्र्य सरनामा देतो. घटनेच्या तिसऱ्या भागात कलम १९ ते २२ यामध्ये स्वातंत्र्याचा अधिकार भारतीय नागरिकांना दिला आहे.

९) **समता :-** समता म्हणजे दर्जा व संधीची समानता होय. प्रत्येकाला विकासाची समान संधी समतेच्या अधिकाराद्वारे राज्यघटना देते. तसेच सर्वांना समान हक्क राज्यघटना देते.

१०) **बंधुता :-** भारतीय राज्यघटनेच्या सरनाम्यात व्यक्तींची प्रतिष्ठा व राष्ट्राचे ऐक्य निर्माण करण्यासाठी बंधुता या तत्त्वाचा स्वीकार केला आहे. भारतामध्ये विविध धर्माचे, जातीचे, विविध भाषा बोलणारे लोक रहात असल्याने राष्ट्राच्या ऐक्यासाठी बंधुता तत्त्वाची गरज आहे.

भारतीय राज्यघटनेचा सरनामा म्हणजे सारांशरूपाने व्यक्त झालेले भारतीय राज्यघटनेतील तत्त्वज्ञान होय. संपूर्ण भारतीय राज्यघटना समजून घेण्यासाठी सरनामा उपयुक्त ठरतो. म्हणूनच सरनाम्याला भारतीय राज्यघटनेचा आत्मा असे म्हटले जाते.

क) भारताच्या राज्यघटनेची वैशिष्ट्ये

राज्यघटनेद्वारा मर्यादित शासन निर्माण केले जावे या विचारांचा पुरस्कार म्हणजे घटनावाद होय. हा विचार भारतीय राज्यघटनेमध्ये आहे. घटनावाद हा आधुनिक विचार आहे. हा विचार राज्यघटनेच्या वैशिष्ट्यांमध्ये दिसतो. तसेच राज्यघटनेमध्ये शासनयंत्रणेचा तपशील सांगितलेला असतो. याखेरीज शासनावरील मर्यादादेखील नोंदविलेल्या असतात. त्यामुळे नागरिकांना शांतता व सुव्यवस्थेची हमी मिळते आणि

आपल्या नागरी हक्कांचीदेखील हमी मिळते. म्हणजेच शासन राज्यघटनेवर आधारित असावे. हा घटनावाद वैशिष्ट्यामध्ये आहे.

१. विस्तृत व लिखित राज्यघटना

भारतीय घटनासमितीने राज्यघटनेचा सर्व तपशील लिखित स्वरूपात तयार केला. भारताची राज्यघटना बावीस प्रकरणांची म्हणजे ३९५ कलमांची आणि नऊ परिशिष्टांची मिळून तयार झाली. राज्यकारभाराचा तपशील संकेतांवर अवलंबून न राहता तो निश्चित लिखित स्वरूपात केला गेला. त्यामुळे या राज्यघटनेचा विस्तार हेच तिचे एक वैशिष्ट्य बनले आहे. सर्व तपशीलाचा राज्यघटनेमध्ये अंतर्भाव केल्यामुळे ती विस्तृत बनली आहे. शिवाय संघराज्य पद्धत स्वीकारल्यामुळे केंद्र आणि घटकराज्ये यांच्यातील अधिकारवाटप, त्यांचे संघर्ष सोडविण्याच्या तरतुदी, राज्यांचे अंतर्गत शासन यांचा तपशील ठरवले गेले. तसेच भविष्यकाळात शासनाने किंवा संसदेने अधिकारांचे अतिक्रमण केल्यास त्यावर उपाय म्हणून काही संरक्षणात्मक तरतुदी करून घटनात्मक शासन निर्माण करण्यावर भर देण्यात आला. संसदेवर ज्यांची जबाबदारी सोपविता येईल आणि साध्या कायद्याने निर्माण करता येतील अशाही काही यंत्रणा राज्यघटनेने निर्माण केल्या. त्यांचे अधिकार निश्चित केले. अशा प्रकारे शासनयंत्रणा आणि कायदेमंडळ यांच्यापेक्षा लिखित राज्यघटना श्रेष्ठ ठरावी आणि खऱ्या अर्थाने देशाचा 'मूलभूत कायदा' बनावी या अपेक्षेने अनेक तरतुदी केल्या गेल्या. या सर्वांचा परिणाम म्हणून राज्यघटना विस्तृत तयार झाली.

२. अंतिम सत्ता जनतेच्या हाती

जनता ही अंतिम श्रेष्ठ आहे हे भारतीय राज्यघटनेचे मुख्य वैशिष्ट्य आहे. या वैशिष्ट्यांचा संबंध घटनावादाशी आहे. जनता हीच सर्व अधिकाराचे उगमस्थान आहे. त्याचा राज्यघटनेच्या प्रस्तावनेमध्ये उल्लेख केलेला आहे. सर्व अधिकारांचे उगमस्थान जनता असल्याचे राज्यघटनेने स्पष्ट केले आहे. नेहरूंच्या उद्दिष्टांच्या ठरावात जनतेच्या अंतिम अधिकाराचे तत्त्व गृहीत होते. तसेच हा विचार स्वातंत्र्य चळवळीच्या लोकशाहीवादी स्वरूपाशी सुसंगत होता.

३. एकात्म व्यवस्थेकडे झुकलेले संघराज्य

एकात्म शासनापद्धतीकडे झुकलेले संघराज्य हे भारतीय राज्यघटनेचे मुख्य वैशिष्ट्य आहे. राज्यघटनेने एकात्म शासनाकडे झुकणाऱ्या प्रवृत्तींना महत्त्वाचे स्थान दिले आहे. घटकराज्याच्या शासनयंत्रणेचा सर्व तपशील राज्यघटनेनेच ठरवून दिला आहे. प्रत्येक भारतीय नागरिक हा संपूर्ण देशाचा नागरिक असतो. भारताची संपूर्ण

न्यायसंस्थादेखील एकात्म आहे. सर्व न्यायालये ही सर्वोच्च न्यायालयाच्या नियंत्रणाखाली असतात. अधिकारवाटपामध्ये देखील केंद्राला विस्तृत अधिकार देऊन झुकते माप दिलेले आहे. संकटप्रसंगी भारताच्या संघराज्याचे रूपांतर एकात्म शासनामध्ये होते; पण इतर वेळेला देखील राज्यघटनेने प्रबळ केंद्रसरकारची तरतूद केलेली आहे. म्हणजे राज्यघटनेने संघराज्य स्वरूपाची शासनाची रचना स्वीकारली पण विकेंद्रीकरणाच्या बाबतीत संघराज्यात्मक तत्त्व न स्वीकारता एकात्मतेला प्राधान्य दिले. अप्रत्यक्षपणे देखील एकात्म शासनाची वैशिष्ट्ये स्वीकारली आहेत. उदाहरण म्हणजे घटकाराज्यांमध्ये राज्यपाल नेमण्याची तरतूद. घटकराज्याचे कायदेमंडळ लोकांनी निवडून दिलेले असते. त्यातील बहुमत असणारा गट मंत्रिमंडळ बनवितो; पण राज्यपाल मात्र राष्ट्रपतींनी नेमलेला असतो. राज्यपाल म्हणजे केंद्राचा प्रतिनिधीच असतो. घटकराज्यात राष्ट्रपती राजवट आणण्यामध्ये राज्यपाल महत्त्वाची भूमिका बजावतो. शिवाय राज्यपाल विधिमंडळाने संमत केलेली काही विधेयक राष्ट्रपतीकडे पाठवू शकतो. यावरून भारताच्या संघराज्याचे एकात्म शासन पद्धतीमध्ये रूपांतर झाले आहे. म्हणून 'एकात्म शासन पद्धतीकडे झुकलेले संघराज्य' असे त्यांचे वर्णन केले जाते. हे भारताच्या राज्यघटनेचे एक प्रमुख वैशिष्ट्य आहे.

४. संघराज्य शासनपद्धती

संघराज्य शासनपद्धती हे भारतीय राज्यघटनेचे मुख्य वैशिष्ट्य आहे. संघराज्यपद्धतीची सुरुवात १९३५ च्या कायद्यानेच झाली होती. हा अनुभव भारताला होता. त्यामुळे भारतासारख्या विस्ताराने मोठ्या आणि विविधता असलेल्या देशासाठी संघराज्यपद्धती उपयुक्त ठरेल हे लक्षात घेऊन राज्यघटनेने ही पद्धत स्वीकारली. भारताच्या संघराज्याचे वैशिष्ट्य म्हणजे ते 'केंद्रोत्सारी' पद्धतीने निर्माण झाले आहे. केंद्राकडे असलेली सत्ता विभागून राज्यांना दिली गेली. केंद्रसूची, राज्यसूची आणि समवर्ती सूची अशा तीन सूची राज्यघटनेच्या सातव्या परिशिष्टामध्ये समाविष्ट केलेल्या आहेत. त्यामध्ये सत्ता आणि अधिकार यांचे विभाजन केले आहे. हे भारतीय राज्यघटनेचे मुख्य वैशिष्ट्य आहे.

५. संसदीय शासनपद्धतीचा स्वीकार

भारतीय राज्यघटनेने संसदीय शासनपद्धती स्वीकारली. केंद्रसरकार आणि घटकराज्यांची सरकारे संसदीय पद्धतीची असतात. कायदेमंडळाचे कार्यकारी मंडळावर असणारे नियंत्रण हे या पद्धतीचे सर्वांत महत्त्वाचे वैशिष्ट्य असते. त्या पद्धतीप्रमाणे संसदेचा विश्वास संपादन करून मंत्रिमंडळ बनविणे शक्य होते. ब्रिटिशांनी भारताला स्वातंत्र्यमिळण्यापूर्वीच काही प्रमाणात संसदीय पद्धतीची सुरुवात केलेली होती. शिवाय

या पद्धतीमुळे अधिक जबाबदार शासन निर्माण होऊ शकेल असा विश्वास घटनासमितीला वाटला होता. हे भारतीय राज्यघटनेचे मुख्य वैशिष्ट्य आहे.

६. न्यायलयीन स्वातंत्र्य

न्यायालयाचे स्वातंत्र्य आणि पुनर्विलोकनाचा आधिकार हे भारताच्या राज्यघटनेचे एक प्रमुख वैशिष्ट्य आहे. न्यायालयाचे स्वातंत्र्य जपण्यासाठी न्यायाधीशांना सेवा-शाश्वती, वेतनाची शाश्वती तसेच बदनामीपासून संरक्षण इ. गोष्टींची तरतूद केली आहे. कायदेमंडळाने केलेले कायदे आणि प्रशासनाची कृती यांची घटनात्मकता तपासून पाहण्याचा म्हणजेच न्यायालयीन पुनर्विलोकनाचा अधिकार हे देखील न्यायमंडळाचे महत्त्वाचे वैशिष्ट्य आहे.

७. द्विगृह पद्धतीचे कायदेमंडळ

भारताचे केंद्रीय कायदेमंडळ द्विगृह पद्धतीचे आहे. हे भारताच्या राज्यघटनेचे एक प्रमुख वैशिष्ट्य आहे. त्याचे मुख्य कारण संघराज्यपद्धत हे आहे. संघराज्यात घटकराज्यांना केंद्र सरकारच्या कारभारात सहभागी होता यावे म्हणून केंद्रीय कायदेमंडळात द्विसभागृह पद्धत असते. या पद्धतीमध्ये एका सभागृहात घटकराज्यांचे प्रतिनिधी असतात. भारतीय संसदेच्या दोन सभागृहांना 'लोकसभा' आणि 'राज्यसभा' म्हणतात. लोकसभा ही लोकांनी पाच वर्षांसाठी निवडून दिलेली असते. राज्यसभेमध्ये १२ सभासद राष्ट्रपतींनी नेमलेले असतात. बाकीचे सभासद राज्यांच्या विधिमंडळांनी निवडून दिलेले असतात. लोकसभेच्या तुलनेने राज्यसभेला कमी अधिकार असतात.

८. मूलभूत हक्क

भारताच्या राज्यघटनेच्या तिसऱ्या विभागात मूलभूत हक्कांचा समावेश केला आहे. मूलभूत हक्कांवर अतिक्रमण झाल्यास न्यायालयात दाद मागण्याचा अधिकार नागरिकांना दिलेला आहे. कलम १२ ते ३५ या कलमांमध्ये स्वातंत्र्याचा समावेश होता. १९७८ च्या ४४ व्या घटनादुरुस्तीचे त्यापैकी मालमत्तेच्या हक्काविषयीचे कलम रद्द केल्यामुळे आता मालमत्तेचा हक्क हा मूलभूत हक्क उरलेला नाही. समता, स्वातंत्र्य, पिळवणुकीपासून मुक्तता, धर्मस्वातंत्र्य, सांस्कृतिक आणि शैक्षणिक अधिकार आणि घटनात्मक उपाय योजण्याचा अधिकार. राज्यघटनेतील मूलभूत हक्कविषयक तरतुदींचे एक वैशिष्ट्य म्हणजे हे मूलभूत हक्क अनिर्बंध किंवा निरंकुश नाहीत. देशाचे अस्तित्व धोक्यात येईल, सार्वजनिक शांतता भंग पावेल अशा प्रकारे मूलभूत हक्कांचा उपभोग घेण्यास राज्यघटनेनेच प्रतिबंध केला आहे. मूलभूत हक्काचे आणखी एक वैशिष्ट्य म्हणजे त्यामध्ये अल्पसंख्याकांच्या संरक्षणाची तरतूद केलेली आहे.

धर्मस्वातंत्र्याविषयीच्या तरतुदींमुळे धार्मिक अल्पसंख्याकांना संरक्षण दिले आहे आणि सामाजिक अल्पसंख्याकांना आणि मागासलेल्या घटकांनाही विशेष संरक्षण दिले आहे. हे भारताच्या राज्यघटनेचे एक प्रमुख वैशिष्ट्य आहे.

९. मूलभूत कर्तव्ये

४२ व्या घटनादुरुस्तीने नव्यानेच दहा मूलभूत कर्तव्ये राज्यघटनेत समाविष्ट केली आहेत. लोकशाहीमध्ये हक्कांबरोबरच कर्तव्ये येतात असा युक्तिवाद करून कर्तव्यांचे समर्थन केले जाते.

१०. मार्गदर्शक तत्त्वे

राज्यघटनेच्या चौथ्या भागामध्ये राज्याला धोरणविषयक मार्गदर्शन करणारी काही तत्त्वे सांगितली आहेत. या तत्त्वांमध्ये नागरिकांच्या पुरेशा विकासासाठी राज्याने कोणती धोरणे स्वीकारावीत याचे मार्गदर्शन केले आहे. एक प्रकारे या तत्त्वांद्वारे राज्याची जबाबदारीच स्पष्ट केली आहे. व्यापक सामाजिक न्यायाच्या आणि समतेच्या दृष्टिकोनातून ही तत्त्वे सांगितली आहेत. मूलभूत हक्कांचे न्यायालयांकडून संरक्षण केले जाते तसे मार्गदर्शक तत्त्वांचे केले जात नाही.

११. प्रौढ मताधिकार

भारताच्या राज्यघटनेने २१ वर्षांवरील सर्व स्त्री–पुरुषांना सामान्यत: मतदानाचा अधिकार दिला होता. त्यामध्ये बदल करून १८ वर्षांवरील सर्व स्त्री–पुरुषांना सामान्यत: मतदानाचा अधिकार दिला आहे. मताधिकार देताना जात आणि धर्म यांच्या आधारे भेद केलेला नाही. मुख्य म्हणजे शिक्षणाची अट मतदानासाठी घातलेली नाही. राज्यघटनेने हा व्यापक मताधिकार देऊन स्वतंत्र भारताचे संपूर्ण लोकशाहीवादी धोरण स्पष्ट केले. हे भारताच्या राज्यघटनेचे एक प्रमुख वैशिष्ट्य आहे.

१२. स्वतंत्र निवडणूक आयोग

राज्यघटनेने स्वतंत्र आणि नि:पक्षपाती निवडणूक आयोगाची तरतूद केली आहे. निवडणूक आयोगीची नेमणूक राष्ट्रपतींकडून केली जाते. निवडणुकविषयक सर्व कामकाज हा आयोग पाहतो. निवडणुकीचे दिवस निश्चित करणे, राजकीय पक्षांना प्रातिनिधिक निवडणूक चिन्ह देणे, मतमोजणी, निवडणूक विषयक तक्रारींची प्राथमिक सुनावणी करणे इत्यादी कामांची जबाबदारी या निवडणूक आयोगावर असते. निवडणुकीमध्ये शासनाचा किंवा सत्ताधारी पक्षाचा हस्तक्षेप होऊ नये यासाठी अशा स्वतंत्र आयोगाची तरतूद राज्यघटनेने केली आहे. हे भारताच्या राज्यघटनेचे एक प्रमुख वैशिष्ट्य आहे.

१३. राष्ट्रपती पदाची तरतूद

संसदीय पद्धत स्वीकारून देखील राज्यघटनेने राष्ट्रपतीपद निर्माण केले. राष्ट्रपती हा भारताचा राष्ट्रप्रमुख असतो. हे सर्वोच्च पद प्रजासत्ताक तत्त्वाला अनुसरून लोकनियुक्त ठेवले आहे. मात्र, राष्ट्रपतीची निवडणूक प्रत्यक्षरीत्या होत नाही. संसद आणि राज्यांच्या विधानसभा यांच्या सभासदांकडून राष्ट्रपती यांची निवड होते.

१४. घटनादुरुस्ती पद्धत

घटनादुरुस्तीची पद्धत हे भारताच्या राज्यघटनेचे एक प्रमुख वैशिष्ट्य आहे. कलम ३८६ मध्ये घटनादुरुस्तीची पद्धत सांगितली आहे. काही तरतुदी संसदेच्या साध्या बहुमताने बदलता येतात त्याखेरीज काही तरतुदी संसदेच्या २/३ बहुमताने बदलता येतात. मात्र, संघराज्यविषयक कलमे आणि खुद्द ३६८ वे कलम यांच्यामध्ये बदल करण्याची पद्धत अवघड आहे. त्यात संसदेच्या २/३ बहुमताखेरीज निम्म्याहून अधिक घटकराज्यांच्या कायदेमंडळांची (साध्या बहुमताने) संमती मिळणे आवश्यक असते. निव्वळ कामकाजविषयक बाबी साध्या बहुमतानेही बदलता येतात. उलट, महत्त्वाच्या तरतुदींसाठी जास्त अवघड पद्धतीने दुरुस्ती करावी लागते.

१५. आणीबाणीविषयक तरतुदी

आणीबाणीविषयक तरतुदी हे भारताच्या राज्यघटनेचे एक प्रमुख वैशिष्ट्य आहे. राष्ट्रीय, घटकराज्य व आर्थिक आणीबाणी या तीन प्रकारच्या आणीबाणीची तरतूद राज्यघटनेत केली आहे. परकीय आक्रमण, अंतर्गत अशांतता किंवा आर्थिक पेचप्रसंग यासारख्या काळात राज्यघटनेच्या सर्वसाधारण तरतुदींप्रमाणे कारभार करणे कठीण बनते म्हणून राज्यघटनेने खास आणीबाणीविषयक तरतुदी केल्या आहेत. कलम ३५२ ते ३६० मधील या तरतुदीमुळे संघराज्य व्यवस्था तात्पुरती स्थगित होऊन एकात्म पद्धतीचे शासन अस्तित्वात येते. त्याचप्रमाणे मूलभूत हक्कांना असलेली संरक्षणे स्थगित होतात. त्याखेरीज फक्त घटकराज्यात आणीबाणी पुकारल्यास तेथे लोकनियुक्त सरकारऐवजी राष्ट्रपतीच्या नियंत्रणाखाली कारभार चालतो. मात्र, या आणीबाणीच्या तरतुदींच्या वापरावर संसदेचे नियंत्रण रहावे अशीही व्यवस्था राज्यघटनेने केली होती.

१६. सामाजिक न्याय व सामाजिक परिवर्तन

भारतीय राज्यघटनेचे सामाजिक न्याय हे एक वैशिष्ट्य आहे. भारतीय राज्यघटनेच्या सरनाम्यातच 'न्याय' हा शब्द वापरण्यात आला आहे. त्यावर आधारित पुढे मागास वर्ग निश्चित करून त्यांच्या वर्गवाऱ्या केलेल्या आहेत. त्या वर्गवाऱ्यांच्या

आधारे सामाजिक व आर्थिक दृष्ट्या मागासलेल्या घटकांना शिक्षण, नोकरी व राजकीय क्षेत्रात राखीव जागांची तरतूद करण्यासंबंधित कलमांचा समावेश केला आहे. याचाच अर्थ भारतीय राज्यघटनेने सामाजिक न्याय प्रस्थापित करण्यासाठी विशेष प्रयत्न केलेले आहेत. भारतीय समाज हा परंपरागत समाज आहे. या समाजात परिवर्तन करण्यासाठी राज्यघटनेने लिखित स्वरूपाच्या तरतुदी केलेल्या आहेत. उदा. कलम १७ नुसार, कायद्याद्वारे अस्पृश्यता नष्ट करण्यात आली आहे. विषमता किंवा भेदभाव निर्माण करणारी ही प्रथा पालन केली तर तो गुन्हा समजला जातो. कलम १८ नुसार, पदव्यांवर बंदी घातली आहे. राज्यसंस्था लष्कर व शिक्षणविषयक पदव्याच देवू शकेल. परराष्ट्राकडून कोणत्याही नागरिकाला पदवी किंवा किताब घेता येणार नाही. याचाच अर्थ या तरतुदीद्वारे भारतीय समाजामध्ये परिवर्तन घडवून आणण्याचा प्रयत्न घटनाकारांनी केलेला दिसतो.

सारांश

भारतीय राज्यघटनेच्या वैशिष्ट्यांमध्ये घटनावाद व संघटराज्यवाद हे दोन विचार प्रमुख आहेत. भारतीय राज्यघटना स्थापन झाली तेव्हाची वैशिष्ट्ये बदलत गेली आहेत. सामाजिक न्याय व सामाजिक परिवर्तन करण्यासाठी काळानुसार हे बदल झाले.

प्रकरण २

मूलभूत अधिकार, मूलभूत कर्तव्ये व राज्याच्या धोरणाची मार्गदर्शक तत्त्वे

मूलभूत हक्क, कर्तव्ये आणि राज्याच्या धोरणाची मार्गदर्शक तत्त्वे

अ) मूलभूत हक्कांचे स्वरूप- महत्त्वाचे मूलभूत हक्क- समानतेचा हक्क, स्वातंत्र्याचा हक्क, धार्मिक स्वातंत्र्याचा हक्क, सांस्कृतिक व शैक्षणिक हक्क

ब) मूलभूत कर्तव्यांचे महत्त्व

क) मार्गदर्शक तत्त्वांचे स्वरूप व महत्त्व

प्रस्तावना

भारतीय राज्यघटनेमध्ये केवळ शासनाच्या विविध घटकांची रचना व त्याचे परस्परसंबंध दिलेले नाहीत तर शासनाच्या शक्तीक्षमतेवर किंवा सत्तेवर घातलेला अंकुशदेखील नोंदविलेला आहे. सर्व व्यक्तींना दिलेले अधिकार हे भारतीय राज्यघटनेत लिखित स्वरूपात आहेत. हे अधिकार कायदेमंडळ तसेच शासनाच्या कार्यकारी मंडळावर मर्यादा घालतात. या अधिकारांचे उल्लंघन शासनाने करू नये म्हणून राज्यघटनेच्या १३ व्या कलमात तशी स्पष्ट नोंद केली आहे. मूलभूत अधिकाराशी सुसंगत कायदे राज्यघटनेत आहेत. मूलभूत अधिकारांशी विसंगत कायदे रद्द केलेले आहेत. मूलभूत अधिकार ही संकल्पना म्हणजे शासनावरील बंधनांच्या स्वरूपामध्ये असते. शासन म्हणजे काय? याचा खुलासा कलम १२ मध्ये केला आहे. त्यात संसद, राज्याच्या विधानसभा, शासन, कार्यकारी मंडळ, स्थानिक स्वराज्यसंस्था यांचा समावेश केला आहे. हक्कांचा, अधिकारांचा जाहीरनामा असावा असा निर्णय घटना समितीने एकमताने घेतला होता. अशा जाहीरनाम्याची मागणी काँग्रेस पक्षाने १८९५ पासून वेळोवेळी केली होती. भारतीय स्वातंत्र्य चळवळीत मूलभूत हक्कांचा आग्रह धरला होता. भारतात मूलभूत हक्क हे बहुसंख्याकांचे होऊ नयेत. अल्पसंख्याक, दलित, मागास यांनादेखील मूलभूत हक्क मिळावेत याकरीता राज्यघटनेत संरक्षणात्मक तरतुदी केलेल्या आहेत.

म्हणजेच मूलभूत हक्कांची प्रेरणा बहुसंख्याक विरोधी भूमिकेतून आली आहे. व्यक्ती व शासन यांच्यातील संघर्ष जुना आहे. तसेच व्यक्ती आणि बहुसंख्याकीय लोकशाही यांच्यातील संघर्ष जुना आहे. या मुद्द्याच्या संदर्भातदेखील भारतीय राज्यघटनेने समूहाच्या अधिकारांबाबत स्वतंत्र विचार केलेला होता. १९२८ मध्ये नेहरू समितीने त्यावर विचार केला होता. त्या समितीच्या शिफारशीनुसार जो मूलभूत हक्कांचा ठराव १९३१ च्या काँग्रेस अधिवेशनात संमत झाला त्यामध्ये अल्पसंख्याकांना विशेष अधिकार देण्याची योजना होती. याशिवाय हिंदू समाजामध्ये जे दुबळे गट होते त्याच्याही अधिकारांना संरक्षण देण्याची योजना होती. म्हणजेच दलित, आदिवासी, इतर मागासवर्ग यांचे अधिकार बहुसंख्याकीय लोकशाहीवर अवलंबून ठेवू नयेत असे काँग्रेसच्या वरिष्ठ नेत्यांचे मत होते.

१) मूलभूत अधिकार, मूलभूत कर्तव्ये व मार्गदर्शक तत्त्वे यांच्यामध्ये कोणता फरक आहे?

२) घटनात्मक अधिकार, मानवी हक्क, अल्पसंख्याकांचे हक्क व समुदायाचे हक्क यांचे नाते कोणते आहे?

३) भारतीय राज्यघटना कोण-कोणते मूलभूत अधिकार देते?

४) अधिकारांना संरक्षण देण्यासाठी न्यायव्यवस्था कोणती भूमिका पार पाडते. अल्पसंख्याकांच्या व समुदायांच्या हक्कांसाठी शासनसंस्थेवर कोणती बंधने घातली आहेत?

या महत्त्वाच्या मुद्द्यांचा अभ्यास आपण या प्रकरणात करणार आहोत.

अ) भारतीय राज्यघटनेतील मूलभूत अधिकार

भारतीय स्वातंत्र्यसंग्रमामध्ये मूलभूत अधिकारांची मागणी केली होती. ब्रिटिश शासनाने जनतेच्या अधिकारांचा आदर करावा हा महत्त्वाचा मुद्दा त्यामध्ये होता. १९२८ मध्ये मोतीलाल नेहरू समितीने अधिकाराचे घोषणापत्र तयार केले होते. भारतीय राज्यघटना निर्माण करतेवेळी या अधिकारांचा समावेश राज्यघटनेत करावा व त्याला संरक्षण द्यावे याबद्दल घटनाकारांमध्ये एकमत होते. या अधिकारांचा समावेश राज्यघटनेत करून त्यास मूलभूत अधिकार अशी संज्ञा देण्यात आली. भारतीय राज्यघटनेत त्याचा समावेश केला आणि त्या अधिकारांना संरक्षण देण्याची तरतूद केली म्हणून यांना मूलभूत अधिकार असे संबोधिले जाते. शासनाला या अधिकारांचे उल्लंघन करता येत नाही. मूलभूत अधिकार व इतर अधिकार यामध्ये फरक आहे. मूलभूत अधिकाराची हमी खुद्द राज्यघटना देते तर इतर अधिकारांना संसदेच्या कायद्यानुसार तयार केलेले असते. मूलभूत अधिकारात बदल करण्यासाठी राज्यघटनेत दुरुस्ती करावी लागते तर

इतर अधिकार संसदेच्या सामान्य कायद्याने बदलले जातात. शासनाची कोणतीही शाखा मूलभूत अधिकारांच्या विरोधात काम करू शकत नाही. सामाजिक न्याय देण्यासाठी समूहाच्या अधिकाराचा समावेश घटनेत केलेला आहे. दलित, अल्पसंख्याक, इतर मागासवर्ग यांचे अधिकार म्हणजे समूहांचे अधिकार आहेत. त्याचा उद्देश सामाजिक न्याय प्रस्थापित करणे हा होय.

राज्यघटनेच्या कलम १२ ते ३५ मध्ये भारतीय नागरिकाचे मूलभूत अधिकार दिलेले आहेत. राज्यघटनेत मूलभूत अधिकारांचे स्वरूप अतिशय विस्तृत असे दिलेले आहे. रोजगाराचा अधिकार (२००५) व शिक्षणाचा अधिकार (२००९) हा मूलभूत अधिकारामध्ये समाविष्ट केलेला आहे.

१)   समतेचा अधिकार

समतेचा अधिकार घटनेच्या तिसऱ्या भागात कलम १४ ते १८ मध्ये दिला आहे. लहरीपणे कारभार न करणारी शासनसंस्था म्हणजे लोकशाही. त्याकरिता सर्वांना समान नियम असले पाहिजेत.

कलम १४ नुसार, भारताच्या भूप्रदेशामध्ये राज्यसंस्था कोणत्याही व्यक्तीला कायद्याचे समान संरक्षण व कायद्याची समता नाकारू शकणार नाही.कायद्यासमोर सर्व व्यक्ती समान असतील. जन्म, धर्म, जात, सामाजिक दर्जा, वंश, संपत्ती या बाबींचा विचार न करता कायदा सर्वांना समान पद्धतीने लागू केला जाईल. प्रत्येक व्यक्तीला कायद्याचे समान संरक्षण दिले जाईल. भारतामध्ये कायद्याचे राज्य आहे याचा अर्थ घटनात्मक कायदा सर्वांना समान पद्धतीने लागू करणे होय.

कलम १५ नुसार, राज्यसंस्था भेदभाव करणार नाही असे स्पष्ट करण्यात आले आहे. वंश, धर्म, जात, लिंग, जन्मस्थान यापैकी कोणत्याही कारणावरून राज्यसंस्था नागरिकांमध्ये भेदभाव करणार नाही. सर्व व्यक्तींना विविध स्वरूपाची दुकाने, उपाहारगृहे, हॉटेल्स, सार्वजनिक करमणुकीची ठिकाणे, रस्ता, सार्वजनिक विश्रांतीची स्थाने यामध्ये समान प्रवेश दिला जाईल. सार्वजनिक ठिकाणी कोणत्याही प्रकारचा भेदभाव केला जाणार नाही.

कलम १६ नुसार, सर्व नागरिकांना समान संधी दिली आहे. शासकीय नोकरीमध्ये सर्व नागरिकांना समान संधी मिळेल. कोणत्याही कारणावरून राज्यसंस्था कोणत्याही नागरिकाला शासकीय नोकरीसाठी किंवा पदासाठी कोणत्याही प्रकारचा भेदभाव करणार नाही.

कलम १७ नुसार, कायद्याद्वारे अस्पृश्यता नष्ट करण्यात आली आहे. विषमता किंवा भेदभाव निर्माण करणारी ही प्रथा पालन केली तर तो गुन्हा समजला जातो.

कलम १८ नुसार, पदव्यावर बंदी घातली आहे. राज्यसंस्था लष्कर व शिक्षणविषयक पदव्यांच देऊ शकेल. परराष्ट्राकडून कोणत्याही नागरिकाला पदवी किंवा किताब घेता येणार नाही.

२) स्वातंत्र्याचा अधिकार

कलम १९ ते २२ यामध्ये स्वातंत्र्याचा अधिकार दिलेला आहे. कलम १९ नुसार नागरिकांना सहा स्वातंत्र्ये देण्यात आलेली आहेत. सुरूवातीला राज्यघटनेत सात स्वातंत्र्ये होती परंतु १९७८ च्या ४४ व्या घटनादुरुस्तीने संपत्ती मिळविणे, जतन करणे व तिची विल्हेवाट लावण्याचे स्वातंत्र्य मूलभूत हक्कातून वगळण्यात आले असल्याने सहा स्वातंत्र्ये घटनेत राहिली आहेत.

१. भाषण व अभिव्यक्ती स्वातंत्र्य.

२. शांततेने व शस्त्र न घेता एकत्र येण्याचे स्वातंत्र्य.

३. संघटना स्वातंत्र्य.

४. भारतभर मुक्तपणे संचार करण्याचे स्वातंत्र्य.

५. भारतात कोठेही राहण्याचे किंवा कायमस्वरूपी वास्तव्य करण्याचे स्वातंत्र्य.

६. कोणताही व्यवसाय, रोजगार, व्यापार किंवा धंदा करण्याचे स्वातंत्र्य.

वरिल स्वातंत्र्याचा अधिकार अमर्यादपणे नागरिकांना उपभोगता येत नाही त्यावर मर्यादा घालण्यात घातलेल्या आहेत. समाजहिताला घातक ठरतील या पद्धतीने नागरिकांना स्वातंत्र्याचा वापर करता येत नाही. घटनाकारांनी या स्वातंत्र्यावर मर्यादा घातलेल्या आहेत. व्यक्तीचे स्वातंत्र्य व सामाजिक नियंत्रण यामध्ये राज्यघटनेने समतोल साधलेला आहे.

३) शोषण किंवा पिळवणुकी विरुद्धचा अधिकार

कलम २३ व २४ मध्ये शोषण किंवा पिळवणुकी विरुद्धचा अधिकार देण्यात आलेला आहे.

कलम २३ नुसार पिळवणुकीविरुद्ध संरक्षण देण्यात आले आहे. माणसांची विक्री व वेठबिगार यावर बंदी घातली आहे.

कलम २४ नुसार १४ वर्षांखालील मुलाला कोणत्याही धोक्याच्या कामावर ठेवता येणार नाही. म्हणजेच चौदा वर्षांखालील मुलांना राज्याने संरक्षण दिले आहे.

४) धर्म स्वातंत्र्याचा अधिकार

कलम २५ ते २८ मध्ये धर्म स्वातंत्र्याच्या अधिकार दिलेला आहे.

कलम २५ नुसार, सर्व व्यक्तींना आपल्या सदसद्विवेक बुद्धीनुसार वागण्याचे आणि धर्मानुसार आचार, प्रसार व प्रचार करण्याचा अधिकार आहे.

२५ व्या कलमानुसार प्रत्येक व्यक्तीला आपल्या धर्माचे आचरण, पालन व प्रचार करण्याचे स्वातंत्र्य प्राप्त झालेले आहे. यानुसार व्यक्तीला धार्मिक स्वातंत्र्याचा हक्क प्राप्त होतो. भारतात हिंदू, जैन, बौद्ध, पारशी, शीख, मुस्लीम असे विविध धर्मांचे लोक राहतात. मात्र, सार्वजनिक हिताखातर राज्यसंस्था धार्मिक स्वातंत्र्यावर बंधने घालू शकते.

कलम २६ नुसार धार्मिक संप्रदायास अधिकार दिलेले आहेत. धार्मिक कारणांसाठी धार्मिक संस्था स्थापन करणे त्यांचा कारभार पाहणे. स्थावर व जंगम संपत्तीची मालकी असणे व ती बाळगणे. या संपत्तीचा कायद्यानुसार कारभार पाहणे. मात्र, सार्वजनिक हिताखातर राज्यसंस्था धार्मिक संस्थांच्या अधिकारावर बंधने घालू शकते.

कलम २७ नुसार ज्या कराचे उत्पन्न एखाद्या धर्माच्या प्रसारासाठी किंवा रक्षणासाठी वापरले जाणार असेल तर असा कर देण्याची सक्ती कोणत्याही व्यक्तीला करता येणार नाही.

कलम २८ नुसार, राज्यसंस्थेच्या निधीतून चालणाऱ्या शिक्षणसंस्थेमधून कोणतेही धार्मिक शिक्षण देता येणार नाही.

५) सांस्कृतिक व शैक्षणिक अधिकार

भारतीय नागरिकांना कलम २९ व ३० यामध्ये सांस्कृतिक व शैक्षणिक अधिकार देण्यात आला आहे. याद्वारे अल्पसंख्याक समूहांना सांस्कृतिक व शैक्षणिक अधिकार देण्यात आले आहेत.

कलम २९ नुसार, भारतामध्ये राहणाऱ्या कोणत्याही समूहाला स्वत:ची विशिष्ट भाषा, लिपी व संस्कृती जतन करण्याचा अधिकार राहील. इतर कोणत्याही समूहाची संस्कृती त्यांच्यावर लादता येणार नाही.

कलम क्रमांक ३० नुसार, धर्म व भाषेवर आधारलेल्या अल्पसंख्याक वर्गांना स्वत:च्या शिक्षणसंस्था स्थापण्याचा आणि चालविण्याचा अधिकार आहे. तसेच राज्यसंस्थेला मदत करताना धर्मावर किंवा भाषेवर आधारलेल्या अल्पसंख्याक वर्गाच्या शिक्षण संस्थांबाबत भेदभाव करता येणार नाही.

६) घटनात्मक उपायांचा अधिकार

नागरिकांच्या मूलभूत अधिकाराच्या संरक्षणासाठी घटनेच्या ३२ व्या कलमात तरतूद केलेली आहे. प्रत्येक नागरिक सर्वोच्च किंवा उच्च न्यायालयाकडे अर्ज करून आपल्या हक्कावर झालेले आक्रमण दूर करू शकतो. मूलभूत अधिकारांच्या संरक्षणासाठी पाच प्रकारचे आदेश काढता येतात.

१. बंदी प्रत्यक्षिकरण

कोणत्याही व्यक्तीला बेकायदेशीररीत्या अटक करून ठेवले तर त्या व्यक्तीला किंवा नातेवाइकांना न्यायालयाकडे घटनात्मक अर्ज करता येतो. २४ तासांच्या आत अटक झालेल्या व्यक्तीला न्यायालयासमोर हजर करून त्याच्या अटकेचे कारण द्यावे लागते. यालाच बंदी प्रत्यक्षिकरणाचा (हेबियस कॉर्पसचा) अधिकार म्हणतात. असा अर्ज दाखल झाल्यानंतर न्यायालय दोन्ही बाजूंचा विचार करून बेकायदेशीररीत्या व्यक्तीला अटक केले असेल तर त्या निरपराध व्यक्तीला सोडून देण्याचा हुकूम देते.

२. परमादेश

एखादा सरकारी अधिकारी आपल्या कर्तव्याचे पालन करीत नसेल आणि त्यामुळे एखाद्या व्यक्तीवर अन्याय होत असेल किंवा मूलभूत हक्कावर आक्रमण होत असेल तर ती व्यक्ती न्यायालयाकडे अर्ज करते. अशा वेळी न्यायालय त्या व्यक्तीवरील अन्याय ताबडतोब नाहीसा करावा असा आदेश त्या सरकारी अधिकाऱ्याला देते. यालाच परमादेश असे म्हणतात.

३. प्रतिषेध

खटला प्रलंबित असताना हा अधिकार वापरता येतो. एखादा खटला कनिष्ठ न्यायालयाला चालविण्याचा अधिकार नसेल तर त्या खटल्याचे कामकाज थांबविण्याविषयी उच्च न्यायालयाकडे अर्ज करता येतो. हा अर्ज मंजूर झाला तर उच्च न्यायालय प्रतिषेध लेख काढून कनिष्ठ न्यायालयातील त्या खटल्याचे कामकाज थांबवू शकते. याचा उद्देश कनिष्ठ न्यायालयाने आपल्या कार्य क्षेत्रापुरतेच कार्य करावे हा आहे.

४. उत्प्रेक्षण

जेव्हा एखादा खटला आपल्या अधिकार क्षेत्राबाहेरचा असतानादेखील कनिष्ठ न्यायालयात तो चालविला जातो तेव्हा वरिष्ठ न्यायालय कनिष्ठ न्यायालयाला आदेश काढून त्या खटल्याची सर्व कागदपत्रे, पुरावे वरिष्ठ न्यायालयाकडे पाठवून द्यावीत अशी आज्ञा करते. यालाच उत्प्रेक्षण म्हणतात; असा आदेश काढून या कागदपत्रांच्या व पुराव्यांच्या आधारे वरिष्ठ न्यायालय त्या खटल्याचा निर्णय देऊ शकते.

५. अधिकार पृच्छा

शासकीय किंवा सार्वजनिक पदावर अधिकार नसताना एखादी व्यक्ती ते पद भूषवित असेल तर त्याविरुद्ध व्यक्तीला अर्ज करता येतो. योग्य व्यक्तीच अधिकार पदावर आहे ना याची शहानिशा याद्वारे न्यायालय करते.

या वरिल अधिकारांखेरीज रोजगाराचा व शिक्षणाचा अधिकार मूलभूत अधिकार म्हणून राज्यघटनेत घटनादुरुस्तीद्वारे समाविष्ट केले आहेत.

१) रोजगाराचा अधिकार

रोजगाराचा अधिकार हा कायदेशीर अधिकार आहे. या रोजगाराच्या अधिकारावर आधारलेला रोजगार हमी कायदा २००५ मध्ये संयुक्त पुरोगामी आघाडी सरकारने केली. या कायद्यानुसार देशातील गरीब व कनिष्ठ मध्यमवर्गीय कुटुंबातील एका व्यक्तीला वर्षातून कमीत कमी १०० दिवस काम देण्याची हमी दिलेली आहे.

२) शिक्षणाचा अधिकार

६ ते १४ वर्षे वयोगटातील प्रत्येक मुलाला मोफत व सक्तीचे प्राथमिक शिक्षण मिळविण्याच्या अधिकार आहे. त्याला जवळच त्यांच्या राहत्या घराशेजारी मोफत शिक्षण मिळावयास हवे. यासंबंधी ८६ व्या घटनादुरुस्तीने (२००२) २१ व्या कलमात २१ अ असे कलम जोडण्यासाठी ४५ वे कलम परत लिहिले आहे. ४५ व्या कलमात १४ वर्षांपर्यंतच्या मुलामुलींना मोफत व सक्तीचे शिक्षण द्यावे असे म्हटले आहे. सार्वत्रिक शिक्षणासाठी फक्त ४५ कलमाचा विचार न करता आता ४५, ४६ व ४७ या सर्व कलमांचा आता एकत्रित विचार करावा लागणार आहे.

२००९ च्या शिक्षणाधिकार कायद्याची वैशिष्ट्ये :

१) ६ ते १४ वयोगटातील मुलामुलींना मोफत व सक्तीचे प्राथमिक शिक्षण देणे.

२) शाळेत प्रवेश मिळविण्यासाठी वयाचे प्रमाणपत्र देणे.

३) शिक्षण गुणवत्ता सुधारणेचा आग्रह धरणे.

४) विद्यार्थी शिक्षक सरासरी प्रमाणाचा विचार करणे.

५) मोडकळीस आलेल्या शालेय इमारतीची डागडुजी करणे.

प्राथमिक शिक्षणांच्या प्रसारासाठी केंद्र शासनाने औपचारिक शिक्षणाबरोबर अनौपचारिक शिक्षणावर सुद्धा भर दिलेला आहे. विद्यार्थ्यांच्या गळतीचे प्रमाण कमी करण्यासाठी १९९१ पासून 'किमान अध्ययन पातळी' हा कार्यक्रम हाती घेतला आहे. खडू-फळा योजनेवरही भर दिला आहे. १५ ऑगस्ट १९९५ या वर्षापासून राष्ट्रीय पोषक आहार योजना सुरू करून विद्यार्थ्यांची शाळेतील पटावरील संख्या वाढविली जात आहे; व प्राथमिक शिक्षणाच्या सार्वत्रिकीकरणासाठी १९९४ या वर्षापासून जिल्हा प्राथमिक शिक्षण कार्यक्रम सुरू केला आहे.

३) माहितीचा अधिकार

केंद्र सरकारने २००५ साली माहिती अधिकार कायदा केला. यानुसार नागरिकांना

माहितीचा अधिकार हा अधिकार मिळाला. या कायद्यानुसार प्रत्येक सार्वजनिक कार्यालयाने आपली कार्ये, कर्तव्ये, कर्मचारी वर्ग, जमाखर्च अशा प्रकारची माहिती अद्ययावत ठेवून लोकांना सहजपणे उपलब्ध होईल अशी व्यवस्था केली पाहिजे. केंद्रीय व राज्य माहिती आयोगाची निर्मिती यानुसार करण्यात आली. लोकांना प्रशासकीय माहिती देण्यासाठी माहिती अधिकारी केंद्र व राज्य शासनाने नेमावा असे या कायद्यात म्हटले. त्यानुसार माहिती अधिकाऱ्याकडून लोकांना माहिती उपलब्ध होते. माहिती मिळविण्यासाठी व्यक्तीने ठराविक शुल्क भरून अर्ज केल्यानंतर ३० दिवसांच्या आत त्या व्यक्तीला माहिती दिली गेली पाहिजे. परंतु, राष्ट्राचे ऐक्य, एकात्मता, संरक्षण यांना बाधा पोहचेल अशी माहिती देता येत नाही. एकूणच माहिती अधिकारामुळे नागरिकांना माहिती मिळविण्याचा हक्क प्राप्त झाला आहे.

४) अन्न सुरक्षा कायदा

केंद्रातील पुरोगामी लोकशाही आघाडी सरकार अन्न सुरक्षा कायदा आणू पाहत आहे. अन्न सुरक्षा कायद्यामुळे प्रत्येक व्यक्तीला अन्न मिळण्याचा हक्क उपलब्ध होणार आहे. अन्न सुरक्षा कायद्याच्या माध्यमातून लाभार्थ्यांना तांदूळ ३ रु. तर गहू २ रु. दराने प्रतिव्यक्ती प्रति महिना पाच किलो धान्य दिले जाणार आहे. त्याचबरोबर प्रत्येक राज्यात अन्न सुरक्षा आयोग स्थापन करण्यात येणार आहे. छत्तीसगड राज्याने डिसेंबर २०१२ साली अन्न सुरक्षा कायदा त्याच्या राज्यापुरता लागू केलेला आहे.

भारतीय राज्यघटनेमध्ये दिलेले मूलभूत अधिकार नागरिकांसाठी महत्त्वाचे आहेत. व्यक्तीच्या व्यक्तीमत्त्वाचा संपूर्ण विकास करण्यासाठी हे मूलभूत अधिकार गरजेचे आहेत. राज्यघटनेने या मूलभूत अधिकारांना न्यायालयीन सरंक्षण दिलेले आहे. थोडक्यात, भारतीय राज्यघटनेतील हे मूलभूत अधिकार अतिशय महत्त्वाचे आहेत.

ब) मूलभूत कर्तव्ये

१९७६ साली झालेल्या ४२ व्या घटनादुरुस्तीनुसार खालील मूलभूत कर्तव्यांचा राज्यघटनेत समावेश करण्यात आला आहे :

कलम ५१-अ अनुसार प्रत्येक भारतीय नागरिकाने खालील कर्तव्यांचे पालन केले पाहिजे :

(१) घटनेस अनुसरून वागणे, घटनेतील उद्दिष्टे, घटनेने निर्माण केलेल्या संस्था, राष्ट्रीय ध्वज आणि राष्ट्रगीत यांना मान देणे.

(२) आपल्या राष्ट्रीय स्वातंत्र्याच्या चळवळीला प्रेरणा देणाऱ्या उदात्त आदर्शांना स्मरून त्यानुसार वागणे.

(३) भारताचे सार्वभौमत्व, एकता आणि अखंडत्व यांचे संरक्षण करणे.

(४) देशाचे संरक्षण करणे आणि देश हाक देईल त्या त्या वेळी राष्ट्राचे संरक्षण व सेवा करणे.

(५) धार्मिक, भाषिक, प्रादेशिक आणि गटात्मक भेदांना गौण समजून सर्व भारतीयांमध्ये सामूहिक बंधुभाव आणि सामंजस्य वृद्धिंगत करणे, स्त्रीच्या प्रतिष्ठेस धक्का लागेल अशा आचारांचा त्याग करणे.

(६) आपल्या वैविध्यपूर्ण संस्कृतीचा मूल्यवान वारसा जतन करणे.

(७) जंगले, तळी, नद्या, जंगली जीवन या नैसर्गिक साधन संपत्तीचे संरक्षण करून संवर्धन करणे.

(८) शास्त्रीय दृष्टी, मानवतावाद, चौकसबुद्धी आणि सुधारक वृत्ती यांचा विकास करणे.

(९) सार्वजनिक मालमत्तेचे संरक्षण करणे आणि हिंसेचा त्याग करणे.

(१०) सर्व वैयक्तिक आणि सामूहिक कार्यात उच्चत्वाची पातळी गाठण्याचा प्रयत्न करून देशाच्या प्रगतीस हातभार लावणे.

मूलभूत कर्तव्यांचे महत्त्व

१) न्यायालयांना कायद्याचा कायदेशीरपणा तपासण्यामध्ये व निश्चित करण्यामध्ये मूलभूत कर्तव्यांची मदत होते. या दृष्टीने त्यांचे महत्त्व आहे.

२) आपली राष्ट्राबद्दल, समाजाबद्दल व इतर नागरिकांबद्दल काही जबाबदारी आहे याची जाणीव करून देण्याच्या दृष्टीने मूलभूत कर्तव्ये उपयोगी ठरतात.

३) देशाच्या विरोधी व समाज हिताच्या विरोधी कृत्यांबाबत ते इशारा देतात. उदा. राष्ट्रध्वज जाळणे, सार्वजनिक मालमत्तेचे नुकसान करणे.

४) मूलभूत कर्तव्यांच्या पालनामधून नागरिकांमध्ये शिस्त व बांधिलकीची भावना वाढीस लागते.

५) शासनाने स्वीकारलेल्या धोरणांमध्ये आपणदेखील सहभागी आहोत याची भावना या कर्तव्यांमुळे नागरिकांमध्ये निर्माण होते.

क) राज्याच्या ध्येयधोरणाची मार्गदर्शक तत्त्वे :

भारतीय राज्यघटनेच्या चौथ्या प्रकरणात ३६ ते ५१ या कलमात राज्याच्या ध्येयधोरणासंबंधी मार्गदर्शक तत्त्वे दिलेली आहेत. त्यांचा स्वीकार आपण आयर्लंडच्या राज्यघटनेकडून केला आहे. मूलभूत हक्कांना न्यायालयीन संरक्षण दिलेले आहे तर मार्गदर्शक तत्त्वे ऐच्छिक असून त्यांना न्यायालयीन संरक्षण दिलेले नाही. 'मार्गदर्शक

तत्त्वे भारतीय राज्यघटनेतील एक नावीन्यपूर्ण वैशिष्ट्य आहे' असे डॉ. बाबासाहेब आंबेडकरांनी म्हटले होते. या तत्त्वामधूनच राज्यकारभार करताना केंद्रशासन व राज्यशासनासमोर काही आदर्श ठेवलेले आहेत. त्याचबरोबर केंद्र सरकार व राज्य सरकारही मार्गदर्शक तत्त्वांना नैतिक दृष्टीने बांधलेली आहेत. भारतात सामाजिक व आर्थिक लोकशाही प्रस्थापित करताना, लोककल्याणकारी राज्याची निर्मिती करताना या तत्त्वाचा आजपर्यंत उपयोग झालेला आहे. सर्वसाधारणपणे शासनाने राज्यकारभार करताना कोणत्या धोरणाचा अंगीकार करावा यासंबंधी मार्गदर्शक करणारी ही तत्त्वे आहेत.

मार्गदर्शक तत्त्वांचे स्वरूप किंवा वर्गीकरण

१) समाजवादी मार्गदर्शक तत्त्वे

या मार्गदर्शक तत्त्वातून समाजवादी विचार व्यक्त होतात.

१) कलम ३८ (१) नुसार, न्यायावर आधारलेली समाजरचना निर्माण करून लोककल्याण साधणे.

२) कलम ३८ (२) नुसार, उत्पन्नातील विषमता कमी करणे.

३) कलम ३९ नुसार, उत्पन्नाच्या साधनाचे विकेंद्रीकरण करणे, स्त्री आणि पुरुष यांना समान कामासाठी समान वेतन मिळवून देणे, मुलांना मुक्त आणि सन्मानपूर्ण वातावरणात स्वत:चा विकास करण्याची संधी निर्माण करणे आणि त्यांना भौतिक आणि नैतिक पिळवणुकापासून संरक्षण देणे.

४) कलम ४१ नुसार, सर्वांना शिक्षण व रोजगार देण्याचा प्रयत्न राज्य करील. म्हातारपण, बेकारी, आजारपण व अपंगत्व इत्यादी प्रसंगी राज्य आर्थिक मदत करेल.

५) कलम ४२ नुसार, कामधंद्याच्या बाबतीत न्याय व माणुसकीचे वातावरण व स्त्रियांना बाळंतपणाच्या काळात मदत मिळवून देणे.

६) कलम ४३ नुसार, सर्व श्रमिकांसाठी योग्य कायदे निर्माण करून रोजगार, वेतन, विश्रांती, राहणीमान सुधारणा करण्यासाठी राज्य प्रयत्नशील राहील.

७) कलम ४६ नुसार, समाजातील अनुसूचित जाती, जमातींना अन्याय शोषणापासून संरक्षण देणे, दुर्बल घटकांचे शैक्षणिक व आर्थिक हितसंबंध सुरक्षित ठेवण्यासाठी राज्य प्रयत्नशील राहील.

८) कलम ४७ नुसार, आरोग्य संवर्धनाचे महत्त्वाचे कार्य राज्य करेल.

९) कलम ४८ नुसार, पर्यावरणात सुधारणा घडवून आणणे आणि वने व वन्यजीवांचे संवर्धनावर भर देणे.

२) **व्यक्तिस्वातंत्र्यवादी मार्गदर्शक तत्त्वे**

या तत्त्वातून व्यक्तिस्वातंत्र्यवाद दिसून येतो.

१) कलम ४४ नुसार, समान नागरी कायद्याची हमी.

२) कलम ४५ नुसार, १४ वर्षांपर्यंतच्या मुलांसाठी मोफत व सक्तीचे शिक्षण उपलब्ध करून देणे.

३) कलम ५० नुसार, कार्यकारी मंडळाकडून न्यायमंडळ विभक्त ठेवण्याचा राज्य प्रयत्न करेल.

३) **गांधीवादी तत्त्वे**

या मार्गदर्शक तत्त्वातून गांधीवाद व्यक्त होतो.

१) कलम ४० नुसार, ग्रामपंचायतीची स्थापना करणे, त्यांना कार्यक्षम करण्यासाठी योग्य ते अधिकार व सत्ता देणे.

२) कलम ४३ नुसार, ग्रामीण भागात वैयक्तिक आणि सहकारी पायावर कुटीरोद्योग स्थापन करणे.

३) कलम ४७ नुसार, आरोग्याला अपायकारक अशी मादकद्रव्ये आणि नशा आणणाऱ्या पदार्थांचे सेवन करण्यास प्रतिबंध करणे.

४) कलम ४८ नुसार, गोहत्या बंदी.

४) **आंतरराष्ट्रीयवादी मार्गदर्शक तत्त्वे**

या तत्त्वातून आंतरराष्ट्रवाद स्पष्ट होतो.

१) कलम ५१ नुसार, आंतरराष्ट्रीय शांतता व सुरक्षा निर्माण करणे, राष्ट्राराष्ट्रांत न्याय आणि सन्मानाचे संबंध प्रस्थापित करणे. आंतरराष्ट्रीय कायदा व करार, शांततेचे परराष्ट्रीय धोरण इत्यादी तरतुदी आंतरराष्ट्रवाद व्यक्त करणाऱ्या आहेत.

मार्गदर्शक तत्त्वांचे महत्त्व

१) लोककल्याणकारी राज्यकारभारामुळे अंमलबजावणी करणे शासनाला भाग पाडले.

२) कायदेशीर संरक्षण नसले तरी या तत्त्वांचा विचार करणे हे न्यायालयाचे सुद्धा नैतिक कर्तव्य आहे.

३) घटना ही शासनावर बंधनकारक आहे त्यामुळे घटनेत दिलेल्या या भागाकडे शासन दुर्लक्ष करू शकत नाही.

४) सरकार बदलले तरी राज्याच्या ध्येय-धोरणाची तत्त्वे स्थिर असल्यामुळे नवीन येणाऱ्या सरकारला त्यांची अंमलबजावणी करण्याचे बंधन असते.

५) विविध कल्याणकारी धोरणांचा त्यात समावेश केल्या असल्यामुळे त्याचे महत्त्व वाढले आहे.

सारांश

भारतीय राज्यघटनेमध्ये केवळ शासनाच्या विविध घटकांची रचना व त्याचे परस्परसंबंध दिलेले नाहीत तर शासनाच्या शक्तीक्षमतेवर किंवा सत्तेवर घातलेला अंकुशदेखील नोंदविलेला आहे.

मूलभूत हक्क व मार्गदर्शक तत्त्वे यामधील फरक

मूलभूत हक्क	मार्गदर्शक तत्त्वे
१) व्यक्तीच्या व्यक्तिमत्त्वाचा सर्वांगीण विकास होण्यासाठी जे हक्क आवश्यक असतात त्यांना मूलभूत हक्क म्हणतात.	१) राज्याला धोरण आखताना जी तत्त्वे मार्गदर्शन करतात त्यांना मार्गदर्शक तत्त्वे म्हणतात.
२) मूलभूत हक्क नकारात्मक स्वरूपाचे असतात. ती सरकारला काही गोष्टी करण्यापासून रोखत असतात.	२) मार्गदर्शक तत्त्वे सकारात्मक स्वरूपाची असतात. काही गोष्टी सरकारने कराव्यात यावरही भर देतात.
३) न्यायालयीन संरक्षण असते.	३) न्यायालयीन संरक्षण नसते.
४) कायदेशीरदृष्ट्या बंधनकारक आहेत.	४) नैतिक व राजकीयदृष्ट्या बंधनकारक आहेत.
५) राजकीय लोकशाही प्रस्थापित करणे हे मूलभूत हक्कांचे ध्येय असते.	५) सामाजिक व आर्थिक लोकशाही प्रस्थापित करणे हे मार्गदर्शक तत्त्वांचे ध्येय असते.
६) व्यक्तीगत आहेत.	६) समाजासाठी आहेत.
७) मूलभूत हक्कांच्या अंमलबजावणीसाठी कायदा करण्याची आवश्यकता नसते.	७) मार्गदर्शक तत्त्वांच्या अंमलबजावणीसाठी कायदा करावा लागतो.
८) न्यायालय मूलभूत हक्कांच्या विरोधी जाणारा कायदा घटनाबाह्य ठरवू शकते.	८) न्यायालय मार्गदर्शक तत्त्वांच्या विरोधी जाणारा कायदा घटनाबाह्य ठरवू शकत नाही.

प्रकरण ३

संघराज्यवाद

अ) भारतीय संघराज्याची वैशिष्ट्ये
ब) केंद्र- राज्य संबंध
क) संघर्षाचे मुद्दे- पाणी, सीमा, संसाधनांमधील वाटा

प्रस्तावना

भारतीय संघराज्यात १९४७ ते २०१३ या दरम्यान मोठे बदल झाले आहेत. राज्याच्या सीमा व नावे बदलली तसेच राज्याच्या संख्येतदेखील वाढ झाली. भारत स्वतंत्र झाला तेव्हा प्रांतासारखे स्वरूप होते त्याचा उद्देश प्रशासकीय सुविधा निर्माण करण्याचा होता. त्यानंतर देशी संस्थानांना भारतात विलीन केले. त्यांना प्रांतांशी जोडण्यात आले. १९४७ पासून आजपर्यंत राज्याच्या सीमा बदलल्या, राज्यातील लोकांच्या इच्छा, अपेक्षा बदलल्या जसे की, म्हैसूर राज्याचे नाव 'कर्नाटक' तर मद्रासचे 'तमिळनाडू' असे करण्यात आले. यावरून भारतीय संघराज्यामध्ये फेरबदल झाल्याचे चित्र दिसून येते; यावरून आपल्यापुढे महत्त्वाचे प्रश्न निर्माण होतात.

१) संघराज्य म्हणजे काय?

२) संघराज्यासंबंधी भारतीय राज्यघटनेत कोणत्या तरतुदी आहेत?

३) केंद्र व राज्य यांच्यासंबंधी कोणत्या तरतुदी आहेत?

४) विशिष्ट राज्यासाठी कोणत्या विशिष्ट तरतुदी केलेल्या आहेत.

या प्रश्नांच्या चौकटीत भारतीय संघराज्याची वैशिष्ट्ये, निर्माण झालेले प्रश्न व केंद्र-राज्य संबंध यांचा अभ्यास आपण या प्रकरणात करणार आहोत.

अ) भारतीय संघराज्याची मुख्य वैशिष्ट्ये

सत्तेचे विभाजन, घटनेचे श्रेष्ठत्व, न्यायालयास विशेष अधिकार ही तीन संघराज्याची सर्वांत जास्त महत्त्वाची वैशिष्ट्ये आहेत.

संघराज्याची मुख्य वैशिष्ट्ये

सत्तेचे विभाजन राज्यघटनेचे श्रेष्ठत्व न्यायमंडळास विशेष अधिकार

१) सत्तेचे विभाजन

सत्तेचे विभाजन हे भारताच्या संघराज्याचे एक प्रमुख वैशिष्ट्य आहे. एकात्म राज्यामध्ये फक्त एकाच शासनसंस्थेच्या हातात सर्व सत्ता एकवटलेली असते. याउलट, संघराज्यात शासनसंस्थेचे दोन गट असतात. एकास केंद्र सरकार दुसऱ्या गटास घटक-राज्य सरकार म्हणतात. या दोन गटांत लिखित राज्यघटनेद्वारे सत्तेचे विभाजन केलेले असते. चलन, संरक्षण, परराष्ट्रव्यवहार, दळणवळण वगैरेंसारख्या ज्या विषयाबाबत राष्ट्रीय धोरणाची जरुरी असते असे विषय केंद्र सरकारकडे दिलेले असतात. याउलट, ज्याबाबतीत प्रदेशानुसार बदलते धोरण अमलात आणणे शक्य असते. त्या घटक-राज्याकडे सोपविलेल्या असतात. राज्यांना असलेले अधिकार केंद्र शासनाच्या इच्छेवर अवलंबून नसतात तर घटनेने केंद्र व राज्य या दोहोंनाही सत्ता व अधिकार दिलेले असतात.

२) राज्यघटनेचे श्रेष्ठत्व

राज्यघटनेचे श्रेष्ठत्व हे भारताच्या संघराज्याचे एक प्रमुख वैशिष्ट्य आहे. लिखित राज्यघटनेद्वारा संघराज्याची निर्मिती केलेली असते. केंद्र आणि घटक राज्यांच्या शासनसंस्थांची निर्मिती व त्यांच्या अधिकारांची विभागणीही राज्यघटनेने केलेली असते. त्यामुळे संघराज्यामध्ये राज्यघटना सर्वश्रेष्ठ असते, तिच्यामध्ये बदल करण्यासाठी विशिष्ट प्रक्रियेचा अवलंब करावा लागतो. भारतात या पद्धतीचा पुरस्कार केला आहे.

३) न्यायालयास विशेष अधिकार

न्यायालयास विशेष अधिकार हे भारताच्या संघराज्याचे एक प्रमुख वैशिष्ट्य आहे. संघराज्याच्या अस्तित्वासाठी राज्यघटनेचे श्रेष्ठत्व कायम राहणे जरूर असते. केंद्र व घटक राज्यांमधील सत्तेच्या विभाजनाचा अर्थ लावण्यासाठी व त्यांच्यातील वाद मिटविण्यासाठी तसेच केंद्र व राज्यसरकार राज्यघटनेने घालून दिलेल्या मर्यादा ओलांडीत नाहीत ना, यावर देखरेख ठेवण्यासाठी संघराज्यात एका नि:पक्षपाती न्यायालयाची गरज असते. भारतात देखील या पद्धतीची व्यवस्था केली आहे. यावरून भारतीय राज्यघटनेने निर्माण केलेली शासनपद्धती संघराज्यात्मक आहे हे स्पष्ट होते.

भारतीय राज्यघटना या देशातील सर्वोच्च कायदा आहे. केंद्र व राज्यांना राज्यघटनेकडून सत्ता मिळाली आहे तिने या दोहोंमध्ये सत्तेचे विभाजन केलेले आहे. राज्यघटनेनुसार सर्वोच्च न्यायालयाला घटनेचा अर्थ लावण्याचा अधिकार आहे.

ब) केंद्र व राज्य संबंध

भारतीय संघराज्यात केंद्र व राज्य अशा दोन शासनसंस्था आहेत. या दोन्ही शासनसंस्थांना राज्यघटनेने स्वतंत्र असे अधिकार दिलेले आहेत. केंद्र व राज्य यांच्यातील कायदेविषयक, आर्थिक व प्रशासकीय अशा तीन प्रकारचे हे संबंध दिसून येतात. त्याचा आढावा आपण घेणार आहोत.

१) कायदेविषयक संबंध ह्व

संसद व राज्याची विधिमंडळे यांचे क्षेत्र कायदेविषयक संबंधातून ठरते. भारताने संसदीय शासनप्रकार स्वीकारला आहे. यामध्ये केंद्र-राज्य कायदेविषयक संबंधाना महत्त्वाचे स्थान असते. भारतीय राज्यघटनेने तीन सूचींमार्फत कायदेविषयक अधिकाराचे विभाजन केले आहे.

अ) केंद्रसूची – ज्या सूचीतील विषयावर कायदा करण्याचा अधिकार केंद्र सरकारला असतो तिला केंद्रसूची असे म्हणतात. सुरुवातीला या सूचीमध्ये ९७ विषय होते आता ९९ विषय आहेत. या विषयांवर फक्त संसद कायदे करू शकते. संपूर्ण देशाच्या दृष्टीने महत्त्वाचे असलेले विषय या सूचीत समाविष्ट केलेले आहेत. उदा. संरक्षण, अणुशक्ती, परराष्ट्र व्यवहार, नागरिकत्व, युद्ध आणि शांतता, दळणवळण, आंतर-राज्य व्यापार, चलन, रिझर्व्ह बँक, परराष्ट्र व्यापार, केंद्रीय सेवा आयोग, सर्वोच्च व उच्च न्यायालयांची रचना, निवडणूक आयोग, प्राप्तिकर, आयात-निर्यात कर.

ब) राज्यसूची – ज्या सूचीतील विषयावर कायदा करण्याचा अधिकार घटकराज्य सरकारला असतो तिला 'राज्यसूची' असे म्हणतात. सुरुवातीला या सूचीमध्ये ६६ विषय होते आता ६१ विषय आहेत. या विषयांवर फक्त राज्यांची विधिमंडळे कायदे करू शकतात. हे विषय प्रादेशिक महत्त्वाचे आहेत. उदा. पोलीस, सार्वजनिक सुव्यवस्था, तुरुंग, स्थानिक स्वराज्य, शिक्षण, सार्वजनिक आरोग्य शेती, जमीन महसूल, राज्यांतर्गत दळणवळण, राज्यांतर्गत व्यापार, चित्रपट व नाट्यगृहे, पाणीपुरवठा, राज्यसेवा.

क) समाईक सूची – ज्या विषयांवर संसद व राज्यांची विधिमंडळे कायदे करू शकतात त्यास 'समाईक सूची' असे म्हणतात. सुरुवातीला या सूचीमध्ये ४७ विषय होते आता ५२ विषय आहेत. एखाद्या विषयावर जर राज्य विधिमंडळ व संसद या

दोहोंनी कायदा केला तर संसदेचा कायदा श्रेष्ठ ठरतो. उदा.: फौजदारी व दिवाणी कायदा, व्यक्तिगत कायदा, विश्वस्त संस्था, जंगले, औषधे, कुटुंब नियोजन, रोजगार, कामगार कल्याण, वृत्तपत्रे, विमा, आर्थिक नियोजन.

ड) शेष अधिकार – जे विषय वरील तीनही सूचींमध्ये समाविष्ट झालेले नाहीत ते सर्व विषय यामध्ये येतात. भारतीय राज्यघटनेने शेष अधिकार केंद्राकडे दिलेले आहेत. अशा प्रकारे राज्यघटनेने केंद्र व राज्य यांच्यामध्ये कायदेविषयक सत्तेची विभागणी केलेली असतानाही राज्यघटनेने केंद्रास खालील प्रसंगी राज्यसूचीतील विषयांवर कायदे करण्याचा अधिकार दिला आहे.

(१) दोन किंवा अधिक घटकराज्यांच्या कायदेमंडळांनी ठराव पास केला तर राज्यसूचीतील विषयावर त्या राज्यांपुरता संसद कायदा करू शकते. इतर राज्यांनी आपल्या कायदेमंडळात ठराव पास केल्यास तो कायदा त्याही राज्यांना लागू होऊ शकतो.

(२) राज्य सूचीतील एखाद्या विषयावर संसदेने कायदा करणे राष्ट्रहिताच्या दृष्टीने जरूर आहे असा ठराव राज्यसभेने उपस्थित व मतदान करणाऱ्या सभासदांच्या २/३ बहुमताने मंजूर केला तर संसद त्यावर कायदा करू शकते.

(३) राष्ट्रपतीने जर आणीबाणी घोषित केली तर त्या काळात राज्यसूचीतील विषयावर संसद कायदा करू शकते. आणीबाणीची मुदत संपल्यावर सहा महिन्यांनी हा कायदा रद्द होतो.

(४) राष्ट्रपतीने एखाद्या राज्यात घटनात्मक यंत्रणा कोलमडली आहे असे जाहीर करून जर राष्ट्रपती राजवट सुरू केली असेल तर त्या राज्याच्या कायदेमंडळाचे अधिकार संसदेस वापरता येतात.

(५) आंतरराष्ट्रीय करारांच्या अंमलबजावणीसाठी कोणत्याही विषयावर कायदा करण्याचा अधिकार राज्यघटनेने संसदेस दिला आहे.

२) आर्थिक संबंध

पुरेशा आर्थिक साधनांशिवाय केंद्र व घटक-राज्यांना आपल्या सत्तेचा व अधिकाराचा वापर करता येत नाही. आधुनिक काळात शासनसंस्थेचे कार्य व्यापक झाले आहे. आर्थिक विकास हे शासनाचे कर्तव्य म्हणून मान्य झाले आहे. घटक-राज्यांनाही आपल्या प्रदेशात अशी बरीच कार्ये करावी लागतात व त्यासाठी लागणारा सर्व पैसा त्यांना स्वतःला उभा करता येतोच असे नाही. त्यामुळे त्यांना केंद्र शासनावर बऱ्याच वेळा आर्थिक मदतीसाठी अवलंबून राहावे लागते. यातून त्यांची स्वायत्तता

धोक्यात येण्याची शक्यता निर्माण होते. म्हणून केंद्र आणि राज्य यांच्यातील आर्थिक संबंधाचा सविस्तर विचार करणे जरूर ठरते. राज्यघटनेने केंद्र आणि राज्य यांच्यातील उत्पन्नांच्या बाबींची वाटणी केलेली आहे. ती पुढीलप्रमाणे:

(१) काही कर घटक-राज्य लावते व गोळा देखील करते. त्यामध्ये जमीन महसूल, शेतीच्या उत्पन्नावरील कर, शेत-जमिनीच्या मालमत्तेवरील वारसा कर, जमिनी आणि इमारती यांवरील कर, विजेवरील कर, विक्रीकर, चैनीच्या वस्तू, करमणूक, जुगार, प्रवासी वाहने, मालवाहतूक, व्यवसाय, वृत्तपत्रांवरील जाहिराती यांवरील कर यांचा समावेश होतो.

(२) केंद्राने लावायचे, गोळा करायचे परंतु त्याचे उत्पन्न मात्र घटक-राज्यांना द्यायचे असे काही कर आहेत. शेत-जमिनीव्यतिरिक्त मालमत्तेवरील वारसा कर, शेत-जमिनीव्यतिरिक्त मालमत्तेवरील संपत्ती कर, प्रवासी व मालवाहतुकीवरील सीमांत कर, रेल्वेभाडे व हशील यांवरील कर, आंतरराज्यीय व्यापारातील खरेदी-विक्रीवरील कर, इत्यादींचा त्यात समावेश होते.

(३) केंद्राने लावायचे पण घटक-राज्याने गोळा करून त्याचे उत्पन्न स्वतःच घ्यायचे. उदा. स्टँप ड्यूटी, औषधे व प्रसाधने यांवरील कर.

(४) काही कर केंद्राकडून लावले जातात व गोळाही केले जातात; पण त्यातून मिळणारे उत्पन्न केंद्र व राज्यांमध्ये वाटले जाते. यामध्ये बिगर शेती उत्पन्नावरील आयकराचा प्रामुख्याने समावेश होतो.

(५) काही बाबींवर केंद्र कर लावते, गोळादेखील करते आणि त्यातून मिळणारे उत्पन्नही केंद्राकडे जाते. यामध्ये संघसूचीत समाविष्ट झालेल्या उत्पन्नाच्या बाबींचा समावेश होतो.

वित्त आयोग

केंद्र व राज्य यांच्यात कर रूपाने मिळणाऱ्या उत्पन्नाचे कसे वाटप करावे याबद्दल शिफारशी करण्यासाठी राज्यघटनेने वित्त आयोगाची तरतूद केली आहे. उदा. आयकराने गोळा होणारी रक्कम केंद्र व राज्य यांच्यात व राज्यांच्या वाट्याला आलेली रक्कम राज्यांमध्ये कोणत्या तत्त्वांवर वाटावी याबद्दल वित्त आयोग शिफारशी करतो. राज्यघटनेची अंमलबजावणी सुरू झाल्यापासून दोन वर्षांत व नंतर दर पाच वर्षे पूर्ण होण्यापूर्वी जरूर वाटेल त्याप्रमाणे राष्ट्रपती या आयोगाची नेमणूक करतात. वित्त आयोग खालील बाबींबद्दल राष्ट्रपतींना शिफारशी करतो.

(१) केंद्र आणि राज्य यांच्यात कराद्वारे गोळा झालेल्या रकमेची विभागणी करणे आणि राज्यांच्या वाट्याला आलेल्या रकमेचे राज्यांमध्ये वाटप करणे.

(२) भारताच्या संचित निधीतून घटक–राज्यांना द्यावयाच्या अनुदानाची तत्त्वे ठरविणे.

(३) वित्त कारणाबद्दल राष्ट्रपतीने आयोगाकडे सोपविलेल्या इतर बाबी.

केंद्राने घटक–राज्यांना किती व कसे अनुदान द्यावे याबद्दल वित्त आयोगाने शिफारस करावयाची असते. याशिवाय अनुसूचित जमातींच्या कल्याणासाठी आणि अनुसूचित क्षेत्राच्या प्रशासनासाठी केंद्र विशेष अनुदान राज्यांना देते. शिवाय राज्यांच्या विधिमंडळाच्या अधिकाराबाहेरील सार्वजनिक महत्त्वाच्या बाबींवर खर्च करण्यासाठी काही अनुदान देते. आतापर्यंत १२ वित्त आयोग झाले. आता १३वा वित्त आयोग काम करीत आहे. डॉ. विजय केळकर हे याचे अध्यक्ष आहेत. १ एप्रिल २०१० ते ३१ मार्च २०१५ एवढा या वित्त आयोगाचा कालखंड आहे.

नियोजन आयोग

१९५० साली देशाच्या सामाजिक व आर्थिक विकासासाठी संसाधनांचा कार्यक्षम व संतुलित वापर करता यावा व त्यासाठी पंचवार्षिक योजनेचा आराखडा तयार करण्यासाठी नियोजन आयोग निर्माण करण्यात आला. पंतप्रधान हे नियोजन आयोगाचे अध्यक्ष असतात. नियोजनासंबंधी संशोधन करून नियोजनातील अडथळे दूर करणे, नियोजनाचे मूल्यमापन, देशातील उत्पादन साधनांचे मूल्यमापन करणे, संसाधनाची वाढ करून त्याचा जास्तीत जास्त उपभोग होवू शकेल अशा नियोजनाची आखणी करणे ही या आयोगाची उद्दिष्ट्ये आहेत. नियोजन आयोगामध्ये घटकराज्यांना प्रतिनिधित्व नसल्याने नियोजन आयोगाच्या नियोजनातील भूमिकेवर घटकराज्याकडून टीका होते. नियोजन आयोगावर केंद्राचा जास्त प्रभाव असल्याने नियोजन आयोगाकडून समान पद्धतीने घटकराज्यांना नियोजनांमध्ये स्थान दिले जात नाही.

३) प्रशासकीय संबंध

केंद्र व राज्य यांच्यातील प्रशासकीय सबंध कसे असावेत याबाबत भारतीय राज्यघटनेमध्ये तरतुदी केलेल्या आहेत. केंद्र व राज्य सरकार यांच्यामध्ये फक्त कायदेविषयक किंवा अर्थविषयक सत्तेचे विभाजन करून चालत नाही; कारण कायद्यांची आणि आर्थिक धोरणांची अंमलबजावणी करताना केंद्र व राज्याच्या प्रशासकीय व्यवस्थेचा संबंध येतो व त्याबाबतीत जर सत्तेचे विभाजन पुरेसे स्पष्ट नसेल तर दोन्ही शासनांना आपल्या कार्यात समस्यांना सामोरे जावे लागते. अशा समस्या टाळण्यासाठी भारतीय राज्यघटनेने केंद्र व राज्य यांच्यामध्ये प्रशासकीय संबंध कसे असावे याबाबत तरतुदी केलेल्या आहेत.

(१) राज्याने आपल्या कार्यकारी सत्तेचा वापर करताना ती संसदेने केलेल्या कायद्याच्या

अंमलबजावणीत अडथळा येणार नाही अशा तऱ्हेने वापरली पाहिजे. याबाबतीत आवश्यक ते आदेश राज्यांना देण्याचा अधिकार राज्यघटनेने केंद्राला दिला आहे.

(२) राज्याने आपली कार्यकारी सत्ता वापरताना केंद्राच्या कार्यकारी सत्तेस अडथळा येणार नाही अशी दक्षता घेतली पाहिजे. या संदर्भात आवश्यक ते आदेश केंद्रशासन राज्यशासनाला देऊ शकते.

(३) राज्यसरकारच्या संमतीने राष्ट्रपती केंद्राच्या कार्यकारी सत्तेच्या अधिकार क्षेत्रातील एखादे कार्य घटकराज्य सरकारकडे सोपवू शकते. तसेच घटक राज्यप्रशासनातील अधिकाऱ्याकडे काही कार्य सोपविण्यासंबंधीची तरतूद संसद आपल्या कायद्यामार्फत करू शकते.

(४) राष्ट्रीयदृष्ट्या व लष्करीदृष्ट्या महत्त्वाचे दळणवळणाचे मार्ग बांधण्यासाठी व ते सुस्थितीत ठेवण्यासाठी केंद्र राज्यांना आदेश देऊ शकते.

(५) ज्या नद्या एकाहून जास्त घटक-राज्यांतून वाहतात त्यांच्या पाण्याचा वापर कोणत्या राज्याने किती करावा यावर वाद होतात. या वादामध्ये केंद्र सरकार पाणी वाटपाबाबतचा निर्णय घेण्यासाठी लवाद नेमू शकते व त्यांचा निर्णय राज्यांवर बंधनकारक असतो.

(६) केंद्रीय लोकसेवा आयोगामार्फत भारतीय प्रशासकीय सेवा आणि भारतीय पोलीस सेवा यातील अधिकाऱ्यांची निवड व नेमणूक होते व हे अधिकारी राज्यसरकारकडे दिले जातात. त्यांच्या श्रेणी व वेतनाबद्दलचे निर्णय केंद्राकडूनच घेतले जातात. या अधिकाऱ्याविरुद्ध शिस्तभंगाबद्दलची कारवाई केंद्रच करू शकते. राज्यसभा आपल्या विशेष ठरावानुसार नवी अखिल भारतीय प्रशासकीय सेवा सुरू करण्याचा अधिकार संसदेस देऊ शकते.

(७) प्रत्येक राज्याचे अंतर्गत बंडाळी व बाह्य आक्रमणापासून संरक्षण करण्यासाठी केंद्रशासन योग्य ती कारवाई करू शकते. प्रत्येक राज्याचे शासन घटनेप्रमाणे चालत आहे की नाही हे पाहण्याचा अधिकार केंद्रास दिला आहे. घटनात्मक यंत्रणा कोलमडून पडली असल्यास त्या राज्यात राष्ट्रपती राजवट लादली जाते.

(८) राष्ट्रपती आंतर-राज्यीय सहकार्याच्या संदर्भात आंतर-राज्यीय मंडळ नेमू शकतो. आंतर-राज्यीय सहकार्याच्या संदर्भात हे मंडळ महत्त्वाची भूमिका पार पाडू शकते. या मंडळाकडे पुढील कामे सोपविण्याची राज्यघटनेत तरतूद आहे. दोन किंवा अधिक राज्यांमध्ये निर्माण झालेल्या वादांची चौकशी करून सल्ला

देणे. काही राज्ये किंवा केंद्र व राज्ये यांच्या समाईक हिताच्या विषयाबद्दल चर्चा व चौकशी करणे. राज्या-राज्यांमध्ये या विषयासंबंधीच्या धोरणात व कृतीत समन्वय होण्यासाठी उपाययोजना सुचविणे.

भारतीय संघराज्यात कायदेविषयक, आर्थिक आणि प्रशासकीय सत्तेचे केंद्र व राज्य यामधील विभाजन पाहिले तर सत्तेचे केंद्रीकरण झालेले आहे असे दिसून येते. केंद्राला घटक राज्यापेक्षा जास्त अधिकार दिलेले आहेत. आर्थिक बाबींमध्ये केंद्राचे वर्चस्व आहे. राज्यांना आर्थिक मदतीसाठी केंद्रावर अवलंबून रहावे लागते. प्रशासकीय संबंधात केंद्रालाच राज्यघटनेने जास्त अधिकार दिलेले आहेत. वरील तीनही अधिकारांमध्ये राज्यघटनेने केंद्राला जास्त अधिकार दिले आहेत. याशिवाय राज्यघटनेतील इतर काही तरतुदींमुळेही केंद्राचेच महत्त्व वाढते.

केंद्राचे महत्त्व वाढविणाऱ्या इतर महत्त्वाच्या तरतुदी :

(१) भारतीय संघराज्यांसाठी फक्त एकच राज्यघटना करण्यात आली आहे. जम्मू आणि काश्मीरचा अपवाद वगळता इतर राज्यांना स्वतंत्र राज्यघटना नाही.

(२) राज्यघटनेच्या काही कलमात बदल करावयाचे असतील अशा घटनादुरुस्ती विधेयकाला किमान निम्म्या घटक-राज्यांची मान्यता गरजेची असते. हे वगळता संसदेस घटना दुरुस्तीचे सर्वाधिकार दिलेले आहेत.

(३) घटक-राज्यांची पुनर्रचना करण्याचा किंवा त्यांच्या सीमा, नावे बदलण्याचा अधिकार संसदेस देण्यात आला आहे. यासाठी राज्यांच्या विधिमंडळाची संमती आवश्यक नसते.

(४) घटक-राज्यांना संघराज्यातून फुटून निघण्याचा अधिकार दिलेला नाही.

(५) भारतीय राज्यघटनेने भारताचे असे एकच नागरिकत्व दिले आहे. घटक-राज्याचे म्हणून वेगळे नागरिकत्व दिलेले नाही.

(६) केंद्रीय विधिमंडळाचे दुसरे सभागृह राज्यांचे प्रतिनिधित्व करते. भारताच्या राज्यसभेत राज्यांना समान प्रतिनिधित्व देण्यात आलेले नाही. शिवाय वित्तविषयक बाबीत लोकसभेचा निर्णय अंतिम असतो. केंद्रीय मंत्रिमंडळही लोकसभेतील बहुमतावर अवलंबून असते.

(७) भारतात न्यायसंस्था एकात्म आहे. सर्वोच्च न्यायालय हे अंतिम न्यायालय असलेली एकच न्यायव्यवस्था संपूर्ण देशात न्यायदानाचे कार्य करते. घटक-राज्यातील उच्च न्यायालये त्याच न्यायव्यवस्थेचे भाग आहेत. त्यांच्यावर सर्वोच्च न्यायालयाचे नियंत्रण असते.

(८) सर्वसाधारण काळात संघराज्यात्मक स्वरूप असलेली भारतीय शासनसंस्था घटनेच्या तरतुदीप्रमाणे आणीबाणीच्या परिस्थितीत एकात्म स्वरूप धारण करू शकते. आणीबाणीची स्थिती पुकारलेली असताना केंद्रशासन राज्यशासनास सर्व बाबतीत आदेश देऊ शकते. म्हणजेच केंद्राची हुकमत राज्यांवरही चालते. त्याचप्रमाणे संसद राज्यसूचीतील विषयांवर कायदे करू शकते.

(९) केंद्रीय निवडणूक आयोगाकडूनच राज्याच्या विधिमंडळाच्या निवडणुका घेतल्या जातात. हा निवडणूक-आयोग केंद्राच्या कक्षेखाली येतो. त्याची नेमणूक राष्ट्रपतीकडून होते.

(१०) नियंत्रक व महालेखा परीक्षकाची नेमणूक राष्ट्रपतीकडून होते. हे पद केंद्राच्या अखत्यारीतील आहे; पण राज्यांच्या हिशोबाची तपासणी महालेखा परीक्षक महालेखा पालामार्फत करतो.

(११) घटक-राज्यांचे घटनात्मक प्रमुख राज्यपाल असतात. त्यांना राज्यशासनाकडून नेमले जात नाही किंवा लोकांकडून तो निवडला जात नाही तर त्याची नेमणूक राष्ट्रपतीकडून होते व तेच त्यास बडतर्फ करू शकतात.

भारतामध्ये जी संघराज्य शासनपद्धती स्वीकारली आहे त्यामध्ये केंद्र व राज्य अशी दोन सरकारे आहेत. या दोघांमध्ये अधिकारांची वाटणी मात्र समान पद्धतीने करण्यात आलेली नाही. राज्यघटनेने घटकराज्याच्या तुलनेत केंद्रसरकारला जास्त अधिकार दिल्याने गेल्या ६० वर्षांमध्ये केंद्र राज्य संबंधामध्ये तणावपूर्ण वातावरण दिसते. घटकराज्यांकडून अधिक स्वायतत्तेची मागणी होत आहे.

क) भारतीय संघराज्यातील संघर्षाचे प्रश्न

१) पाण्याचा प्रश्न

भारतीय संघराज्यामध्ये पाण्याचा प्रश्न मध्यवर्ती बनला आहे. केंद्र राज्य व राज्यांराज्यांमधील संघर्षाचा तो एक महत्त्वाचा मुद्दा ठरला आहे. अनेक नद्या विविध घटकराज्यांमधून वाहत जातात. त्यामुळे राज्याराज्यांत पाण्याचे वाटप समान पद्धतीने न होता विषम पद्धतीने होते. काही राज्यांना जास्त पाणी मिळते तर काही राज्यांना कमी पाणी मिळते. त्यामुळे अनेक राज्यांमध्ये नदीच्या पाणी वाटपावरून संघर्ष निर्माण झाले आहेत. गुजरात, महाराष्ट्र, मध्यप्रदेश व राजस्थान या चार घटकराज्यांमध्ये नर्मदा नदीच्या पाणी वाटपावरून संघर्ष निर्माण झालेला होता. १९६९ साली केंद्र शासनाने नर्मदा लवाद स्थापन करून हा प्रश्न सोडविण्याचा प्रयत्न केला. कर्नाटक, महाराष्ट्र व आंध्रप्रदेश या घटक राज्यांमध्ये कृष्णा नदीच्या पाणी वाटपावरून संघर्ष

निर्माण झाला. यावर उपाय म्हणून केंद्रसरकारने २००८ मध्ये दुसरा कृष्णा पाणीवाटप लवाद नेमला आहे. महाराष्ट्र, आंध्रप्रदेश व कर्नाटक या राज्यांमध्ये गोदावरी नदीच्या पाणीवाटपावरून संघर्ष निर्माण झाला होता. त्यावरती गोदावरी लवाद स्थापन केला होता. एकूणच पाणीप्रश्न हा अतिशय ज्वलंत असा संघर्षाचा मुद्दा आहे.

२) सीमा प्रश्न

भारतीय संघराज्यामध्ये राज्याची पुनर्रचना आणि त्याच्या सीमा हा एक प्रश्न गेली ६० वर्षे भारतीय राजकारणात राहिला आहे. राज्याच्या सीमारेषेबद्दलच्या वादाची अनेक उदाहरणे सांगता येतात. आसाम व मेघालय यांच्यामध्ये सीमावादाचा मुद्दा आहे. Langpih या गावावर मेघालय व आसाम या दोघांनीदेखील दावा केलेला आहे. आसाम व मेघालय यांच्यामधील हा सीमावाद जुना आहे. अशाच प्रकारचा दुसरा वाद म्हणजे महाराष्ट्र-कर्नाटक सीमा प्रश्न होय. बेळगाव, कारवार, धारवाड, निपाणी हे मराठी भाषिक जिल्हे महाराष्ट्राला हवे आहेत. यासाठी मराठी भाषिकांची चळवळ बेळगावमध्ये सुरू आहे. तिसरा सीमेबद्दलचा प्रश्न आसाम व नागालँड यांच्यामधील आहे. १९६३ मध्ये नागालँड राज्याची निर्मिती झाली. तेव्हापासून सीमाप्रश्न निर्माण झाला आहे.

३) संसाधनांमधील वाटा
नैसर्गिक संसधानांचे राज्यनिहाय वाटप

भारतामध्ये जमीन, पाणी, पर्यावरण, वीज या गोष्टींचे वाटप राज्या-राज्यांमध्ये केले जाते. नैसर्गिक साधनसामुग्रीचे वाटप कसे करावे? हा मुख्य प्रश्न आहे. नैसर्गिक साधनसामुग्रीच्या वाटपाबाबतचे प्रश्न पुढीलप्रमाणे निर्माण होतात.

अ) पाणी

सध्या पाणी या नैसर्गिक संसाधनांच्या वाटपावरून केंद्र-राज्य यांच्यात संघर्ष निर्माण झालेला आहे; कारण पाण्याचे राज्या-राज्यांमध्ये समान पद्धतीने वाटप केलेले नाही. भारतातील सध्याच्या घटनात्मक तरतुदी व संसदेने केलेले कायदे राज्याराज्यांमधील पाणी वाटपाच्या प्रश्नांसाठी योग्य अशी चौकट पुरवू शकत नाहीत. राज्याचा पाण्यावरील हक्क स्पष्टपणे दिलेला नाही. तसेच हे हक्क व्यावसायिक पद्धतीने हस्तांतरीत केले जावू शकत नाहीत. जमिनीतील पाण्यावरील अधिकार हे पूर्णपणे खाजगी आहेत. तसेच योग्य पद्धतीने पर्यावरणीय कायदेदेखील झालेले नाहीत मानक अमलात आणली जात नाहीत किंवा ती अस्तित्वात नाहीत. थोडक्यात, पाणी हे नैसर्गिक संसाधन हे केंद्र-राज्य व राज्या-राज्यांमधील संघर्षाचा मुद्दा झाला आहे.

ब) वीज

वीज हा घटक भारतामध्ये संसाधनाच्या वाटपाचा एक महत्त्वाचा घटक आहे. विकसित राज्यांना अविकसित राज्ये वीजपुरवठा करतात. विकसित राज्यांना औद्योगिक विकासाची गरज पूर्ण करण्यासाठी अधिक विजेची गरज लागतो; कारण विजेवरतीच औद्योगिक विकास अवलंबून असतो. त्यामुळे विकसित राज्ये (महाराष्ट्र, गुजरात) मोठ्या प्रमाणावर विजेचा तुटवडा निर्माण झाल्याचे भासवून मोठ्या प्रमाणात विजेचा वाटा आपल्याला मिळविण्याच्या प्रयत्नात असतात. यातून काही राज्यांना जास्त तर काहींना कमी प्रमाणात विजेमध्ये वाटा मिळतो. विजेचे वाटप कसे करावे? हा राज्यसंस्थेपुढील प्रश्न आहे कारण भारतामध्ये विजेची टंचाई निर्माण झाली आहे. वीज विकत घेऊनही ती राज्यांना पुरविणे हा एक महत्त्वाचा कार्यक्रम केंद्रसरकारचा आहे. हा वीज पुरवठा करताना केंद्र राज्या-राज्यांमध्ये समान पद्धतीने वितरित करण्याचे धोरण आखत नाही. विषम पद्धतीने विजेचे वाटप होते त्यामुळे वीज हा केंद्र-राज्य तसाच तो राज्यांराज्यामधील संघर्षाचा मुद्दा बनला आहे.

सारांश

भारतीय संघराज्यात केंद्र व राज्य यांच्यामध्ये राज्यघटनेनुसार अधिकारांची विभागणी झालेली आहे. केंद्र सरकाराला घटकराज्याच्या तुलनेत जास्त अधिकार दिले आहेत. घटकराज्यांकडून जास्त अधिकारांची मागणी होत आहे. पाणी, सीमा, आर्थिक मदत, प्रशासकीय बाबी या मुद्द्यांवरून केंद्र-राज्य यांच्यामध्ये संघर्ष निर्माण झालेली दिसतो.

प्रकरण ४
केंद्रीय शासनाची रचना
कायदेमंडळ, कार्यकारी मंडळ व न्यायमंडळ

अ)   केंद्रीय कायदेमंडळ- रचना, कार्ये व भूमिका

ब)   केंद्रीय कार्यकारी मंडळ- राष्ट्रपती, पंतप्रधान व त्यांच्या मंत्रिमंडळाचे कार्य व भूमिका

क)   न्यायमंडळ - स्वरूप - सर्वोच्च न्यायालयाचे अधिकार व कार्ये

अ)   केंद्रीय कायदेमंडळ

भारतीय कायदेमंडळाला 'संसद' म्हणतात. संसदेमध्ये राष्ट्रपती, राज्यसभा व लोकसभा यांचा समावेश होतो. भारतीय राज्यघटनेच्या कलम ७९ ते १२२ यामध्ये संसदविषयक तरतुदी आहेत. भारताने द्विगृही कायदेमंडळ पद्धत स्वीकारलेली आहे. राज्यसभा व लोकसभा ही संसदेची दोन गृहे आहेत. राज्यसभा हे वरिष्ठ तर लोकसभा हे कनिष्ठ सभागृह आहे. कायदेमंडळ कसे काम करते. लोकशाही सरकारांना तयार करण्यासाठी कशी मदत करतात. केंद्रीय कायदे मंडळाचे महत्त्व कोणते आहे? केंद्रीय कायदे मंडळाची कामे कोणती आणि त्यांचे अधिकार कोणते आहेत? त्यांची भूमिका कोणती आहे? कायदा कसा तयार होतो. संसद कार्यकारी मंडळाला कशी नियंत्रित करते. संसद स्वतःच स्वतःवर नियंत्रण कसे ठेवते. हे छोटे प्रश्न चित्तवेधक आहेत.

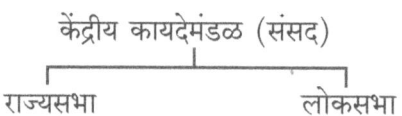

केंद्रीय कायदेमंडळ (संसद)
राज्यसभा   लोकसभा

१)   **राज्यसभा :–** राज्यसभा हे भारतीय केंद्रीय कायदेमंडळाचे (संसदेचे) वरिष्ठ सभागृह आहे.

रचना

अ) सदस्यत्वाच्या पात्रता

१) भारताचा नागरिक असावा.

२) वयाची ३० वर्षे पूर्ण असावीत.

३) संसदेने वेळोवेळी केलेल्या अटींची पूर्तता केलेली असावी.

ब) सदस्य संख्या

राज्यसभेची सदस्यसंख्या २५० आहे. त्यापैकी २३८ सदस्य हे घटकराज्याचे व केंद्रशासित प्रदेशाचे प्रतिनिधी असतात तर विविध क्षेत्रातील तज्ज्ञ अशा १२ सदस्यांची नेमणूक राष्ट्रपती करतात.

क) कार्यकाळ

राज्यसभा हे स्थायी सभागृह आहे. ते कधीही बरखास्त होत नाही. सदस्यांचा कार्यकाळ ६ वर्षांचा असतो. दर दोन वर्षांनी १/३ सदस्य निवृत्त होतात व त्याजागी तितकेच सदस्य निवडले जातात.

राज्यसभेचे अध्यक्ष

राज्यघटनेच्या ८९ व्या कलमानुसार भारताचे उपराष्ट्रपती हे राज्यसभेचे पदसिद्ध अध्यक्ष असतात. ते राज्यसभेचे सभासद नसल्यामुळे त्यांना राज्यसभेत मत देण्याचा अधिकार नसतो. परंतु, राज्यसभेत दोन्ही पक्षांना समसमान मते मिळून पेचप्रसंग निर्माण झाला तर राज्यसभेचे अध्यक्ष त्यावेळी निर्णायक मत देऊ शकतात. अध्यक्ष म्हणून सभागृहातील चर्चा ते नियंत्रित करतात. त्याचबरोबर सभागृहाची प्रतिष्ठा आणि विशेषाधिकार यांचे रक्षण करणे, सभागृहाचे कामकाज नियमानुसार चालविणे इत्यादी महत्त्वाची कामे त्यांना करावी लागतात.

राज्यसभेचे उपाध्यक्ष : राज्यसभेचे सदस्य आपल्यातून एकाची उपाध्यक्ष म्हणून निवड करतात आणि त्याला पदावरून दूर करावयाचे असल्यास राज्यसभा बहुमताने तो निर्णय घेऊ शकते.

राज्यसभेचे अधिकार व भूमिका

१) सामान्य विधेयकांना मंजुरी देणे तसेच अर्थविधेयकांमध्ये दुरुस्ती सुचविणे.

२) घटनादुरुस्ती विधेयकांना मंजुरी देणे.

३) प्रश्न विचारून कार्यकारी मंडळावर नियंत्रण ठेवणे.

४) राष्ट्रपती, उपराष्ट्रपतींच्या निवडणुकीमध्ये सहभाग घेणे, उपराष्ट्रपतींना बडतर्फ करण्याचा ठराव केवळ राज्यसभेमध्येच मांडता येतो.

५) महाभियोग चालविणे.

राज्यसभेचे विशेष अधिकार

१) राज्याचे प्रतिनिधित्व करणारी संस्था आहे. राज्यांच्या हिताचे रक्षण करणे हा तिचा उद्देश आहे. त्यामुळे राज्याच्या हिताच्या संदर्भातील प्रत्येक मुद्‌द्याला राज्यसभेची मंजुरी घेतली जाते. उदा. केंद्र सरकार राज्यसूचीतील एखाद्या विषयाला केंद्र किंवा समवर्तीसूचीमध्ये समाविष्ट करीत असेल तर त्याला राज्यसभेची मान्यता आवश्यक असते. यामुळे राज्यसभेची शक्ती/ अधिकार वाढतात.

२) लोकसभा

लोकसभा हे भारतीय केंद्रीय कायदेमंडळाचे (संसदेचे) कनिष्ठ सभागृह आहे.

रचना

अ) सदस्यत्वाच्या पात्रता

१) भारताचा नागरिक असावा.
२) वयाची २५ वर्षे पूर्ण असावीत.
३) संसदेने वेळोवेळी केलेल्या अटींची पूर्तता केलेली असवी.

ब) सदस्यसंख्या

लोकसभेची सदस्यसंख्या ५५२ आहे. ५३० सभासद हे घटकराज्याचे प्रतिनिधी, २० केंद्रशासित प्रदेशाचे प्रतिनिधी व दोन अँग्लो इंडियन समाजाचे प्रतिनिधी राष्ट्रपती नियुक्त करतात. सध्या लोकसभेची सदस्यसंख्या ५४५ इतकी आहे. त्यामध्ये ५३० घटकराज्याचे, १३ केंद्रशासित प्रदेशाचे तर ०२ राष्ट्रपतींनी नियुक्त केलेले सभासद असतात.

क) कार्यकाळ

लोकसभेचा कार्यकाळ ५ वर्षांचा असतो. राष्ट्रपती मुदतपूर्व लोकसभा भारतीय राज्यघटनेच्या ८५ व्या कलमानुसार विसर्जित करू शकतात.

लोकसभेचे सभापती

सार्वत्रिक निवडणुकीनंतर जेव्हा लोकसभेची पहिली बैठक होते तेव्हा निवडून आलेल्या सभासदांतूनच एकाची सभापती म्हणून निवड केली जाते. सभापतीपद हे अत्यंत सन्मानाचे पद आहे. आजपर्यंत त्या पदावर येणाऱ्या व्यक्तींनी त्या पदाचे महत्त्व वाढविले आहे. तसेच लोकसभेत सभापतीवर अविश्वास व्यक्त करून त्याला पदावरून दूर करता येते.

अधिकार व कार्ये

१) बैठकीचे अध्यक्षस्थान स्वीकारणे व सभागृहातील कामकाज नियमाप्रमाणे पार पाडणे.

२) सभागृहातील चर्चेवर नियंत्रण ठेवणे.

३) तहकुबी सूचना व ठराव दाखल करून घेणे.

४) निर्णायक मत देऊन पेचप्रसंग सोडविणे.

५) एखादे विधेयक अर्थविधेयक आहे की, सामान्य विधेयक आहे या बाबतीत निर्णय घेणे.

६) संसदेच्या संयुक्त बैठकीत अध्यक्ष म्हणून काम करणे.

७) संसदेचे दप्तर सांभाळणे.

लोकसभेचे उपसभापती

सार्वत्रिक निवडणुकीनंतर ज्यावेळी लोकसभेची पहिली बैठक होते त्यावेळी निवडून आलेल्या सभासदांतूनच सभापतींबरोबर उपसभापतींची निवड केली जाते. सभापतीच्या गैरहजेरीत उपसभापती सभापती म्हणून कार्य करतात. सभापतीप्रमाणेच लोकसभेत त्याच्याविरुद्ध अविश्वास व्यक्त करून त्याला पदावरून दूर करता येते.

लोकसभेचे अधिकार व भूमिका

१) केंद्रसूची, समवर्ती सूचीतील विषयांवर कायदा तयार करणे, सामान्य व आर्थिक विधेयकांना मांडणे व मंजुरी देणे. अंदाजपत्रकाला मंजुरी देणे.

२) राज्यघटनेमध्ये दुरुस्ती करणे.

३) प्रश्न, उपप्रश्न विचारणे, स्थगन प्रस्ताव मांडणे, अविश्वासाचा ठराव मांडणे या माध्यमातून कार्यकारी मंडळावर नियंत्रण ठेवणे.

४) राष्ट्रपती, उपराष्ट्रपतीची निवड करणे.

५) समिती किंवा आयोगाची निर्मिती करणे. त्यांच्या अहवालावरती विचार विनिमय करणे.

लोकसभेचे विशेष अधिकार

काही असे अधिकार आहेत की, ज्याचा वापर केवळ लोकसभेलाच करता येतो.

१) अर्थविधेयक केवळ लोकसभेतच मांडता येते. त्यामध्ये दुरुस्ती किंवा ते नाकारण्याचा अधिकार केवळ लोकसभेलाच आहे. पैशांवर नियंत्रण ठेवण्याचा महत्त्वाचा अधिकार लोकसभेला आहे.

२) पंतप्रधान व त्याचे मंत्रिमंडळ केवळ लोकसभेलाच जबाबदार असते. सरकारला त्याच्या पदावरून बडतर्फ करण्याचा म्हणजेच अविश्वास ठराव मंजूर करण्याचा अधिकार केवळ लोकसभेलाच आहे.

संसदेचे महत्त्व

विधीमंडळ केवळ कायदा निर्मितीची संस्था नाही. तिच्या अनेक महत्त्वपूर्ण कामांपैकी कायदा निर्मिती हे एक कार्य आहे. एवढेच नव्हे तर सर्व लोकशाही राजकीय प्रक्रियेचे केंद्र संसद असते. संसदेत विविध घटना घडताना दिसतात. सभागृहात चर्चा, प्रश्नोत्तराचा तास, विरोध, सर्व संमती, समर्थन, स्थगन प्रस्ताव, शून्य प्रहर, लक्षवेधी सूचना अशा विविध घडामोडींमुळे संसदेचे स्वरूप जीवंत दिसते. अशा प्रकारच्या घडामोडीतून सर्वांत मोठा उद्देश साध्य केला जातो. कौशल्यपूर्ण आणि प्रभावी कायदेमंडळाशिवाय लोकशाहीची कल्पनाही करता येत नाही. कायदेमंडळ लोकप्रतिनिधीची लोकांच्या बद्दलचे राजकीय उत्तरदायित्व सुनिश्चित केले जाते. केंद्रीय कायदे मंडळ हा वास्तविक प्रातिनिधिक लोकशाहीचा आधार आहे.

समकालीन कालखंडात संसदेचा ऱ्हास होत चालला आहे असा एक विचारप्रवाह मानतो परंतु असे असतानादेखील प्रचंड शक्तीशाली असणाऱ्या मंत्रिमंडळालादेखील कायदेमंडळामध्ये बहुमत सिद्ध करावेच लागते. जनमताचा पाठिंबा असणाऱ्या नेत्याला देखील संसदेला सामोरे जावे लागते. संसद सदस्यांनी विचारलेल्या प्रश्नांना समाधानकारक उत्तरे द्यावी लागतात. यातूनच आपणाला संसदेची लोकतांत्रिक क्षमता दिसून येते. वाद-विवाद, चर्चा घडून येणारे संसद हे एक प्रभावी माध्यम आहे. संसदेकडे मंत्रिमंडळावर नियंत्रण ठेवण्याचा तसेच त्याला बरखास्त करण्याचा अधिकार असल्याने ती सर्वांत शक्तीशाली बनली आहे.

द्विगृही कायदेमंडळाचे महत्त्व

भारतीय संसदेची दोन गृहे आहेत; म्हणून तिला द्विगृही कायदेमंडळ पद्धत असे म्हणतात. लोकसभा हे कनिष्ठ तर राज्यसभा हे वरिष्ठ गृह आहे. राज्यघटनेने राज्यांना एकगृही कायदेमंडळ पद्धत किंवा द्विगृही कायदेमंडळ पद्धत स्वीकारावी याचे स्वातंत्र्य देण्यात आलेले असल्यामुळे बिहार, जम्मू-काश्मीर, कर्नाटक, महाराष्ट्र व उत्तर प्रदेश या पाच घटक राज्यांमध्ये द्विगृही कायदेमंडळ पद्धत आहे.

१) भारतासारख्या विविधता असणाऱ्या देशामध्ये सर्वच जाती-धर्माचे प्रतिनिधित्व होण्यासाठी द्विगृही कायदेमंडळ पद्धत उपयोगी ठरते.

२) संघराज्य व्यवस्थेमध्ये घटकराज्याचे प्रतिनिधित्व दुसरे सभागृह करते.

३) एकच सभागृह असेल तर त्याची हुकूमशाही निर्माण होण्याची शक्यता असते. द्विगृहपद्धतीमुळे याला प्रतिबंध घालता येतो.

४) एका सभागृहाने एखादे विधेयक जलदगतीने मंजूर केले तर दुसरे सभागृह त्यावर चर्चा करून योग्य बाबींचा समावेश करू शकते.

५) द्विगृही कायदेमंडळ पद्धतीमुळे व्यापक प्रमाणात प्रतिनिधित्व उपलब्ध होते.

अशा प्रकारे भारतासारख्या विविधतापूर्ण देशाचे प्रतिनिधित्व एकगृही कायदेमंडळ करू शकत नाही. संपूर्ण देशाच्या प्रतिनिधित्वासाठी द्विगृही कायदेमंडळ पद्धत उपयोगी ठरते.

* **संसद काय करते? किंवा कायदेमंडळाचे कोणते कार्य आहे? संसदेच्या दोन्ही सभागृहांचे कार्य समान आहे का? दोन्हीही सभागृहाच्या सत्तेत फरक आहे का?**

संसद केवळ कायदानिर्मितीचे कार्य करीत नसून कायदा निर्मितीबरोबरच इतरही महत्त्वपूर्ण कार्य करीत असते. विशेष करून कायदानिर्मिती, सरकारवर नियंत्रण, धोरणनिर्मिती, गटनिहाय हितसंबंध याची सांगड घालणे ही संसदेची तीन प्रमुख कार्ये सांगता येतील.

संसदेचे अधिकार व भूमिका

१) कायदेविषयक २) कार्यकारी ३) आर्थिक ४) घटनादुरुस्तीचा ५) निवडणूकविषयक ६) न्यायविषयक
अधिकार   अधिकार   अधिकार   अधिकार   अधिकार   अधिकार

१) कायदेविषयक अधिकार :– संसद संपूर्ण देशासाठी किंवा देशातील कोणत्याही भागासाठी कायदा तयार करते. संसद ही कायदा बनविणारी सर्वोच्च संस्था आहे. परंतु, असे असतानादेखील संसद केवळ कायद्यांना मंजुरी देण्याचे काम करीत आहे. विधेयक तयार करण्याचे काम मंत्र्यांच्या मार्गदर्शनाखाली नोकरशाही करीत असते. विधेयकाचा उद्देश तसेच त्या विधेयकाला संसदेमध्ये कोणत्यावेळी सादर करावयाचे हे मंत्रिमंडळ ठरविते. कोणतेही महत्त्वाचे विधेयक मंत्रिमंडळाच्या संमतीशिवाय संसदेमध्ये मांडले जात नाही. संसदेचे इतर सदस्यदेखील विधेयक सादर करू शकतात. परंतु, सरकारच्या संमतीविना विधेयक समंत होऊ शकत नाहीत.

२) कार्यकारी अधिकार :– संसदेचे महत्त्वपूर्ण कार्य म्हणजे कार्यकारीमंडळाला त्याच्या अधिकार क्षेत्रात मर्यादित ठेवणे तसेच निवडून दिलेल्या कार्यकारी मंडळाची जनतेविषयी जबाबदारी निश्चित करणे होय. मंत्रिमंडळ लोकसभेला जबाबदार असते. लोकसभेने अविश्वास ठराव मंजूर केला तर मंत्रिमंडळाला राजीनामा द्यावा लागतो.

मंत्र्यांना प्रश्न विचारणे, चुकीच्या धोरणांवर टीका करणे, मंत्र्यांच्या कामाची तपासणी समित्यांच्यामार्फत करणे. हे महत्त्वाचे कार्यकारी अधिकार संसदेकडे आहेत.

३) **आर्थिक अधिकार** :- सरकारला अनेक कामे करावी लागतात. त्यासाठी त्यांना पैसा खर्च करावा लागतो. हा पैसा कोठून येतो? सरकार जो कर गोळा करते त्यामाध्यमातून सरकारला पैसा मिळतो. भारतासारख्या लोकशाही देशात संसद सरकारच्या कर गोळा करण्यावरती व खर्चावरती नियंत्रण ठेवते. भारत सरकारला नवीन कर बसवायचा असेल तर संसदेची मंजुरी आवश्यक असते. सरकारला आपली कार्ये पूर्ण करण्यासाठी पैसा उपलब्ध करण्याचा अधिकार संसदेच्या आर्थिक अधिकारामुळेच मिळतो. सरकारला मिळालेला पैसा व खर्च केलेला पैसा यांचा हिशोब सरकारला संसदेपुढे सादर करावा लागतो. सरकार चुकीच्या ठिकाणी किंवा जास्तीचा खर्च करीत नाही. यावर संसद देखरेख ठेवते. अंदाजपत्रकाच्या माध्यमातून संसद हे कार्य करीत असते.

४) **घटनादुरुस्तीचा अधिकार** :- राज्यघटनेमध्ये बदल करण्याचा अधिकार संसदेला आहे. संसदेच्या दोन्ही गृहांना घटनादुरुस्तीचा समान अधिकार आहे. प्रत्येक घटनादुरुस्ती विधेयकाला संसदेच्या विशेष बहुमताची गरज असते.

५) **निवडणूकविषयक अधिकार** :- संसद निवडणूकसंबंधी काही कार्ये करते तसेच तिला काही अधिकार प्राप्त झाले आहेत. भारताच्या राष्ट्रपती व उपराष्ट्रपतीची निवड संसद करते.

६) **न्यायविषयक अधिकार** :- भारताचे राष्ट्रपती, उपराष्ट्रपती तसेच उच्च व सर्वोच्च न्यायालयाचे न्यायाधीश यांना बडतर्फ करणाऱ्या ठरावावर विचार करण्याचा संसदेचा जो अधिकार आहे तो संसदेचा न्यायविषयक अधिकार आहे.

*** संसद कार्यकारी मंडळावर नियंत्रण कसे ठेवते?**

ज्या पक्षाला किंवा आघाडीला लोकसभेत बहुमत मिळते ते सदस्य संसदीय लोकशाहीत कार्यकारी मंडळ तयार करतात. बहुमताचा उपयोग करून कार्यकारी मंडळ मनमानी कारभार करू शकते अशावेळी संसदीय लोकशाहीतील मंत्रिमंडळाची हुकूमशाही संसद बदलू शकते. अशावेळी सक्रिय व जागरूक संसद कार्यकारी मंडळावर प्रभावी नियंत्रण ठेवू शकते. संसद अनेक मार्गांचा वापर करून कार्यकारी मंडळावर नियंत्रण ठेवते. परंतु, यासाठी लोकप्रतिनिधींना प्रभावी व निर्भयपणे काम करण्याचे स्वातंत्र्य असले पाहिजे. संसद सदस्यांना विशेषाधिकार असतात तसेच कायदेमंडळाच्या

अध्यक्षांना विशेषाधिकार असतात. या अधिकारांचा उद्देश प्रतिनिधींनी जनतेबद्दल असणारी जबाबदारी स्वीकारावी व कार्यकारी मंडळावर नियंत्रण ठेवावे. संसद हे नियंत्रण कसे ठेवते? त्यासाठी कोणत्या साधनांचा वापर करते, हे प्रक्रियेमधून दिसून येते.

संसदीय नियंत्रणाची साधने

संसद कार्यकारी मंडळाची जबाबदारी निश्चित करते. हे काम विविध पातळ्यांवर पार पाडले जाते. धोरण निश्चिती, अंमलबजावणी आणि कायद्याच्या अंमलबजावणी नंतरची अवस्था अशा पातळ्यांमधून संसद नियंत्रण ठेवते. हे काम विविध पद्धतीने केले जाते.

संसदीय नियंत्रणाची साधने

१) चर्चा व वादविवाद   २) कायद्याची स्वीकृती अस्वीकृती   ३) वित्तीय नियंत्रण   ४) अविश्वासाचा ठराव

१) चर्चा व वादविवाद :- कायदा निर्मितीच्यावेळी कायदेमंडळातील सदस्य कार्यकारीमंडळाने तयार केलेल्या धोरणावर चर्चा करतात. ही त्यांना संधी मिळते. विधेयकांवरील चर्चेअखेरिस सभागृहातील सामान्य वाद-विवादांच्यावेळी कायदेमंडळ कार्यकारी मंडळावर नियंत्रण ठेवण्याची संधी मिळविते. अशा प्रकारच्या नियंत्रणाच्या संधी पुढील प्रमाणे -

१) प्रश्नोत्तराचा तास.
२) तारांकित प्रश्न, अतारांकित प्रश्न.
३) स्थगन प्रस्ताव.
४) निंदाव्यंजक ठराव.
५) अल्पकालीन चर्चा.
६) शून्य प्रहर.

१) प्रश्नोत्तराचा तास

संसदेच्या अधिवेशनाच्यावेळी प्रत्येक दिवशी प्रश्नोत्तराचा तास असतो त्यावेळी मंत्र्यांना सदस्यांच्या प्रश्नांना उत्तरे द्यावी लागतात. ही एक नियंत्रणाची संधीच असते. प्रश्नोत्तराचा तास कार्यकारी मंडळ व प्रशासनावर नियंत्रण ठेवण्याचे सर्वांत प्रभावी तंत्र किंवा मार्ग आहे. प्रश्नोत्तराच्या तासाला सभागृहांमध्ये सर्वांत जास्त उपस्थिती असते. महागाई, अन्न-धान्याची उपलब्धता, दलित व मागासलेल्या वर्गावर होणारे अन्याय,

अत्याचार, दंगली, भ्रष्टाचार यासारख्या विषयावर सरकारकडून या प्रश्नांच्या माध्यमातून माहिती मागविली जाते. आपल्या मतदारसंघाच्या समस्या मांडणे तसेच सरकारला अडचणीत आणण्याचा एक मार्ग म्हणूनदेखील प्रश्नोत्तराच्या तासाकडे पाहिले जाते. प्रश्नोत्तरा दरम्यान वाद-विवाद इतके विकोपाला जातात की, सदस्य आपले म्हणणे मोठ्या आवाजात मांडण्या बरोबरच, अध्यक्षांच्या स्थानाजवळ जाणे किंवा सभात्याग करणे या विविध साधनांचा वापर करतात. यामधून सभागृहाचा मौलिक असा वेळ वाया जातो. परंतु, या सर्व साधनांद्वारेच सरकारकडून आपल्या मागण्या मान्य करून घेता येतात आणि हा राजकीय मार्गदेखील आहे आणि याद्वारेच कार्यकारी मंडळाची जबाबदारी निश्चित होते.

२) कायद्याची स्वीकृती किंवा अस्वीकृती :- संसद कायद्याला मंजुरी देते तसेच तो नाकारण्याचा अधिकार देखील संसदेला आहे. या अधिकाराद्वारे संसद कार्यकारी मंडळावर नियंत्रण ठेवते. कोणत्याही विधेयकाला संसदेची मंजुरी मिळाल्यानंतर त्याचे कायद्यात रूपांतर होते. ज्या सरकारला संसदेमध्ये बहुमत असते त्याला संसदीय मान्यता मिळणे सहज शक्य होते. परंतु, जर सरकारकडे लोकसभेमध्ये बहुमत असेल व राज्यसभेमध्ये बहुमत नसेल तर सरकारला वरिष्ठ सभागृहांची मान्यता मिळत नाही. उदा. लोकपाल विधेयक राज्यसभेने नामंजूर केले होते.

३) वित्तीय नियंत्रण :- सरकारने आखलेल्या धोरणांची अंमलबजावणी करण्यासाठी आर्थिक साधने अंदाजपत्रकामध्ये उपलब्ध करून दिलेली असतात. अंदाजपत्रक तयार करणे व त्याला संसदेची मंजुरी मिळविणे हे सरकारचे घटनात्मक कार्य आहे. यामुळेच कायदेमंडळाला कार्यकारी मंडळाच्या संपत्तीवर नियंत्रण ठेवण्याची संधी मिळते. कायदेमंडळ आर्थिक संसाधन स्वीकारण्यास नकार देऊ शकते. लोकसभेमध्ये सरकारने ज्या-ज्या कारणांसाठी पैसा मागितला आहे त्यावर ही सविस्तरपणे चर्चा घडून येते. संसदेची लोकलेखा समिती व भारताचा नियंत्रक व महालेखापरीक्षक यांच्याद्वारे सरकारने संपत्तीचा दुरुपयोग केला असेल तर त्याची चौकशी केली जाते. सरकारी पैशांचा योग्य वापर हा एकमात्र हेतू संसदीय नियंत्रणाचा असत नाही तर वित्तीय नियंत्रणाद्वारे कायदेमंडळ सरकारच्या धोरणावरती नियंत्रण ठेवीत असते व हे अतिशय महत्त्वाचे असे कार्य आहे.

४) अविश्वासाचा ठराव :- कार्यकारीमंडळाला जबाबदार बनविणारे सर्वांत प्रभावी साधन म्हणजे संसदेद्वारे मांडला जाणार अविश्वास ठराव होय. परंतु, सरकारकडे बहुमत असेल तर संसदेची ही शक्ती कमी प्रमाणात वापरता येते. परंतु, १९८९ नंतर

संसदेने अविश्वास ठराव संमत केल्याने अनेक सरकारांना आपल्या पदाचा राजीनामा द्यावा लागला आहे. या सरकारांनी लोकसभेचा विश्वास संपुष्टात आणला कारण ते आपल्या आघाडीच्या सहकारी पक्षांचा पाठिंबा मिळवू शकले नाहीत.

एक जबाबदार सरकार तयार करण्यामध्ये तसेच संसद वरील मार्गांचा वापर करून कार्यकारी मंडळाला प्रभावीपणे नियंत्रित करू शकते. परंतु, सभागृहांमध्ये सदस्यांनी उपस्थित राहून प्रभावीपणे चर्चा घडवून आणली तर हे मार्ग प्रभावी ठरतात. परंतु, अलीकडच्या काळात हे होताना दिसत नाही. त्यामुळे वाद–विवादांच्या माध्यमातून कार्यकारी मंडळावर नियंत्रण ठेवण्याची संसदेची ही शक्ती कमी होत आहे.

संसदेची कायदा निर्मिती प्रक्रिया

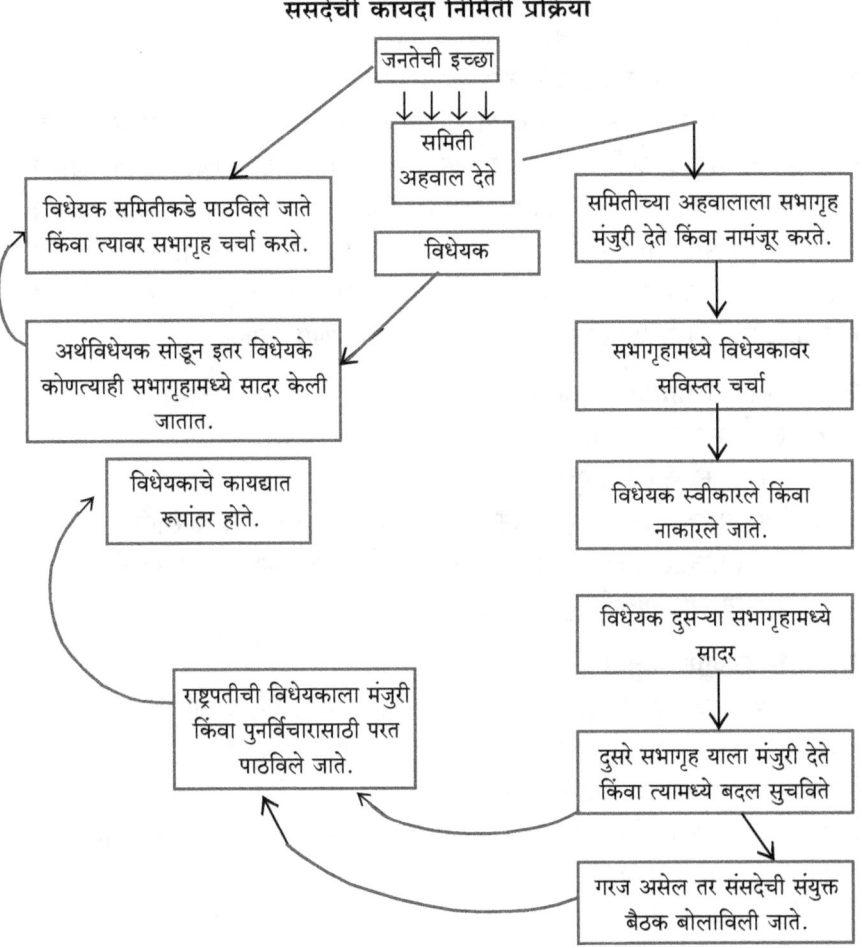

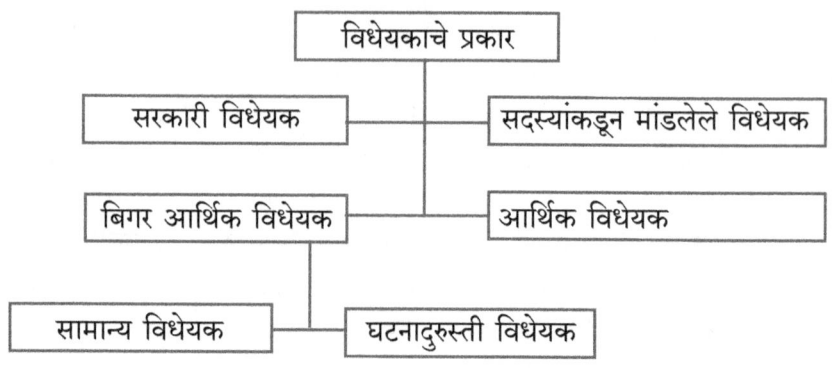

ब) केंद्रीय कार्यकारी मंडळ

राष्ट्रपती : निवड प्रक्रिया, अधिकार व भूमिका

भारतीय राज्यघटनेच्या पाचव्या भागात कलम क्र. ५२ ते ६२ मध्ये राष्ट्रपती पदासंबंधीची तरतूद केली आहे. कलम क्र. ५२ मध्ये भारताला एक राष्ट्रपती असेल असे म्हटले आहे. राष्ट्रपती हे पद ब्रिटनमधील राजा अथवा राणीप्रमाणे नाही. हे पद निवडणुकीद्वारे भरले जाते. राष्ट्रपती हे पद नामधारी आहे. परंतु, या पदाला स्वविवेकाधीन अधिकार दिले आहेत. संसदीय व्यवस्थेमध्ये राष्ट्रपती या पदाची नेमकी कोणती भूमिका आहे. याचा आढावा आपण या प्रकरणात घेणार आहोत.

१) राष्ट्रपती पदाच्या पात्रतेच्या अटी

१) तो भारताचा नागरिक असावा.

२) त्याचे वय ३५ वर्षे पूर्ण असावे.

३) लोकसभेचा सदस्य म्हणून निवडून येण्यास ती व्यक्ती पात्र असावी.

४) भारत सरकार, राज्य सरकार तसेच त्याच्या नियंत्रणाखाली असलेल्या कोणत्याही संस्थेत त्या व्यक्तीने हुद्दा धारण केलेला नसावा.

२) निवडणूक पद्धती

राष्ट्रपतीची निवडणूक अप्रत्यक्ष पद्धतीने, प्रमाणशीर प्रतिनिधित्व पद्धतीने आणि एकेल संक्रमणीय मताच्या तत्त्वानुसार आणि गुप्तपद्धतीने होते. त्यासाठी निर्वाचक मंडळ निर्माण केलेले आहे. त्यामध्ये संसदेतील दोन्ही सभागृहातील निर्वाचित सभासद आणि भारतातील सर्व घटकराज्यांच्या विधानसभांतील निर्वाचित सभासदांचा समावेश आहे. मतदार मत देताना उमेदवाराच्या नावापुढे पसंतीक्रम नोंदवून मतदान करतात.

विधानसभा सदस्यांच्या मतांचे मूल्य निर्धारित करण्याची पद्धती :

$$\frac{\text{राज्याची लोकसंख्या}}{\text{विधानसभेतील निर्वाचित सदस्यांची संख्या}} \times \frac{१}{१०००} = \text{विधानसभा सदस्याच्या एका मताचे मूल्य}$$

संसद सदस्यांच्या मतांचे मूल्य निर्धारित करण्याची पद्धती :

$$\frac{\text{सर्व राज्यातील विधानसभा सदस्यांना प्राप्त झालेली एकूण मते}}{\text{संसदेतील निर्वाचित सदस्य संख्या}} = \text{सदस्य सदस्याच्या एका मताचे मूल्य .}$$

राष्ट्रपती निवडून येण्यासाठी पहिल्या पसंतीची किमान किती मते मिळाली पाहिजेत हे निश्चित करण्यासाठी पुढील सूत्रानुसार वाटा किंवा कोटा ठरविला जातो.

$$\text{कोटा} = \frac{\text{एकूण मतांची संख्या}}{\text{निवडावयाच्या प्रतिनिधींची संख्या} + १} + १$$

३) कार्यकाल

कलम क्र. ५६ मध्ये राष्ट्रपतीची मुदत ५ वर्षे ठेवण्यात आली आहे. मुदतपूर्व राजीनामा राष्ट्रपती देऊ शकतात.

४) राष्ट्रपतीचे अधिकार, कार्य व भूमिका

भारतीय राज्यघटनेने राष्ट्रपतींना अधिकार दिलेले आहेत. तसेच त्यांना संसदेचा कायद्यानुसारही अधिकार प्राप्त झाले आहे. त्यांचे अधिकार पुढीलप्रमाणे –

राष्ट्रपतींचे अधिकार

१) कार्यकारी अधिकार   २) कायदेविषयक अधिकार   ३) अर्थविषयक अधिकार   ४) न्यायविषयक अधिकार   ५) आणीबाणी विषयक अधिकार

१) कार्यकारी अधिकार

भारतीय राज्यघटनेने राष्ट्रपतींना कार्यकारी म्हणजेच अंमलबजावणीच्या क्षेत्रातील अधिकार दिलेले आहेत. हे अधिकार पुढीलप्रमाणे –

अ) राष्ट्रपती पंतप्रधानांची नेमणूक करतो. तसेच पंतप्रधानांच्या सल्ल्याने मंत्रीमंडळातील इतर मंत्र्याची नेमणूक करतो.

ब) संसदेने केलेल्या सर्व कायद्याची अंमलबजावणी करण्याचे कार्य राष्ट्रपती करतात.

क) राष्ट्रपती वरिष्ठ शासकीय अधिकाऱ्यांची नेमणूक करतो. उदा. राज्यपाल.

ड) राष्ट्रपती संरक्षणाच्या तिन्ही सैन्यदलांचे प्रमुख असतात. त्यामुळे सैन्यदलातील प्रमुख अधिकाऱ्यांच्या नेमणुका राष्ट्रपती करतात.

२) कायदेविषयक अधिकार

भारतीय संसदेने राष्ट्रपतींना कायद्याच्या क्षेत्रातील अधिकार दिले आहेत. राष्ट्रपती कायदेविषयक क्षेत्रात पुढीलप्रमाणे अधिकार वापरतात.

अ) संसदेच्या दोन सभागृहाची अधिवेशने बोलविणे, ती तहकूब करणे तसेच आवश्यक वाटल्यास लोकसभा बरखास्त करणे.

ब) राज्यसभा व लोकसभा या दोन्ही गृहांमध्ये मतभेद निर्माण होऊन पेचप्रसंग उद्भवला तर राष्ट्रपतींना या दोन्ही सभागृहाचे संयुक्त अधिवेशन बोलवावे लागते.

क) सार्वत्रिक निवडणुकांनंतर प्रत्येक वर्षाच्या सुरुवातीला राष्ट्रपती संसदेपुढे अभिभाषण करतात.

ड) संसदेने पास केलेल्या प्रत्येक विधेयकावर राष्ट्रपतींची संमती व स्वाक्षरी झाली तरच विधेयकाचे कायद्यात रूपांतर होते.

इ) राष्ट्रपतींना वटहुकूम (आदेश) काढण्याचा अधिकार आहे.

३) अर्थविषयक अधिकार

भारताच्या राष्ट्रपतींना आर्थिक क्षेत्रातील अधिकार संसदेने आणि घटनेने दिलेले आहेत. राष्ट्रपतींची पूर्व संमती होऊनच अर्थविधेयक संसदेत मांडले जाते. प्रत्येक आर्थिक वर्षासाठी जे अंदाजपत्रक तयार केले जाते, ते अंदाजपत्रक तसेच आवश्यकता वाटल्यास पुरवणी अंदाजपत्रक संसदेपुढे मांडण्याची व्यवस्था राष्ट्रपती करतात. राष्ट्रपतींच्या शिफारशीशिवाय कोणत्याही अनुदानाची मागणी सरकारला करता येत नाही. संचित निधीवर राष्ट्रपतींचे नियंत्रण असते. आकस्मिक कारणासाठी या निधीतून राष्ट्रपती पैसे खर्च करू शकतात, असे आर्थिक क्षेत्रातील अधिकार राष्ट्रपतींना देण्यात आलेले आहेत.

४) न्यायविषयक अधिकार

भारताच्या राष्ट्रपतींना न्यायालयाच्या क्षेत्रातील अधिकार दिलेले आहेत. न्यायालयाने एखाद्या व्यक्तीला प्राणदंडाची किंवा इतर कोणतीही गंभीर स्वरूपाची शिक्षा दिली असेल आणि त्या व्यक्तीने राष्ट्रपतींकडे अर्ज केला असेल तर राष्ट्रपती त्या व्यक्तीच्या शिक्षेत सूट देऊ शकतात. ती शिक्षा माफ करू शकतात. राष्ट्रपती सर्वोच्च न्यायालयाच्या न्यायाधीशांच्या नेमणुका करतात. तसेच संसदेच्या ठरावाद्वारे ते न्यायाधीशांना पदच्युत करू शकतात. अशा स्वरूपाचे न्यायालयीन अधिकार राष्ट्रपतींना देण्यात आले आहेत.

५) **आणीबाणीच्या काळातील अधिकार**

भारतीय राज्यघटनेच्या १८व्या भागात कलम ३५२ ते ३६० मध्ये आणीबाणीच्या विषयक तरतुदी दिल्या आहेत. आणीबाणीच्या काळात राष्ट्रपतीला विशेष अधिकार प्राप्त होतात. काही वेळा देशात नेहमीच्या शासनपद्धतीद्वारे राज्यकारभार करणे कठीण होते. अशी असाधारण परिस्थिती निर्माण झाल्यास राष्ट्रपती आणीबाणी जाहीर करतो. राष्ट्रपती युद्धबाह्य आक्रमण झाल्यास संपूर्ण देशात आणीबाणी घोषित करू शकतो. एखाद्या घटक राज्यात राजकीय अस्थैर्य, घटनात्मक पेचप्रसंग निर्माण झाल्यास राष्ट्रपती आणीबाणी घोषित करतात. आर्थिक अस्थैर्य निर्माण झाल्यास राष्ट्रपती आर्थिक आणीबाणी घोषित करतात. हे आणीबाणी विषयक अधिकार त्यांना देण्यात आले आहेत.

राष्ट्रपती हे पद घटनात्मक आहे. या पदाला राज्यघटनेने अधिकार दिलेले आहेत. पण व्यवहारात हे सर्व अधिकार पंतप्रधान वापरतात. त्यामुळे राष्ट्रपतींचे अधिकार व कार्य नामधारी स्वरूपाचे आहेत. असे असले तरी संसदीय व्यवस्थेमध्ये नामधारी प्रमुखालादेखील निवडून यावे लागते. लोकशाहीच्या चौकटीत राहून आपल्या पदाचा घटनात्मक कारभार करावा लागतो. राष्ट्रपतींना आपले विवेकाधीन अधिकार वापरून राज्यघटनेवर आधारलेला शासनव्यवहार निर्माण करण्यासाठीचे निर्णय घ्यावे लागतात.

उपराष्ट्रपती : निवड, अधिकार व कार्य

भारतीय राज्यघटनेच्या ६३ व्या कलमात उपराष्ट्रपती पदाची तरतूद केली आहे. उपराष्ट्रपती हा राज्यसभेचा पदसिद्ध सभापती असतो. राष्ट्रपतींच्या गैरहजेरीत राष्ट्रपतींची सर्व कामे उपराष्ट्रपती करतात.

१) पात्रता

१) ती व्यक्ती भारताची नागरिक असावी.

२) तीच्या वयाची ३५ वर्षे पूर्ण झालेली असावी.

३) राज्यसभेवर निवडून येण्यास ती पात्र असावी.

४) ती व्यक्ती केंद्र सरकार, राज्यसरकार यांच्याकडील महत्त्वाच्या पदावर नसावी.

२) निवड प्रक्रिया

उपराष्ट्रपतीच्या निवडणुकीसाठी संसदेतील राज्यसभा व लोकसभेचे सदस्य मतदान करतात. त्या मतदानातून कोटा पद्धतीने उपराष्ट्रपतींची निवड होते.

३) कार्यकाल

उपराष्ट्रपतींचा कार्यकाल पाच वर्षांचा असतो. मुदतपूर्व राजीनामा उपराष्ट्रपती देऊ शकतात.

४) उपराष्ट्रपतींचे अधिकार, कार्य व भूमिका

भारतीय राज्यघटनेने उपराष्ट्रपती पदाला विशेष अधिकार दिलेले नाहीत. परंतु, त्यांना तरीही महत्त्वाचे दोन अधिकार मिळालेले आहेत.

अ) राज्यसभेचे पदसिद्ध अध्यक्ष

उपराष्ट्रपती हे राज्यसभेचे पदसिद्ध अध्यक्ष या नात्याने राज्यसभेच्या कामकाजावरती नियंत्रण ठेवतात. समान मते मिळाली असता त्यावर उपराष्ट्रपती आपले निर्णायक मत देतात. तसेच उपराष्ट्रपतींच्या सहीने सर्व विधेयक संमत होतात.

ब) राष्ट्रपतींच्या अनुपस्थितीतील कार्य व अधिकार

उपराष्ट्रपतींना राष्ट्रपतींच्या अनुपस्थितीत राष्ट्रपतींचे अधिकार वापरता येतात. राष्ट्रपती हे पद भरले नसेल तर राष्ट्रपती पद भरून नवीन राष्ट्रपती त्या पदावर येईपर्यंत उपराष्ट्रपती राष्ट्रपतीचे सर्व अधिकार वापरतात. उदा. कार्यकारी, कायदेविषयक, अर्थविषयक, न्यायविषयक, आणीबाणीच्या काळातील अधिकार, इ.

उपराष्ट्रपती हे पद घटनात्मक आहे. या पदाला अधिकार व कामे फारच कमी आहेत. परंतु, राष्ट्रपतींच्या अनुपस्थितीत सर्व अधिकार उपराष्ट्रपतींना मिळतात. तसेच त्यांना राज्यसभेचे पदसिद्ध अध्यक्ष या नात्याने कामे करावी लागतात.

पंतप्रधान

भारतीय राज्यघटनेने कार्यकारी मंडळाचा प्रमुख म्हणून पंतप्रधान हे पद सुचविले आहे. भारतीय राज्यघटनेच्या ७४ व्या कलमाने राष्ट्रपतींना आपल्या कार्यात साहाय्य करण्यासाठी व सल्ला देण्यासाठी पंतप्रधानांच्या नेतृत्वाखाली मंत्रिमंडळ असेल अशी तरतूद केली आहे. पंतप्रधान हे पद अतिशय महत्त्वाचे असते. पं. जवाहरलाल नेहरू, लाल बहादूर शास्त्री, श्रीमती इंदिरा गांधी, राजीव गांधी, व्ही.पी.सिंग, अटलबिहारी वाजपेयी व मनमोहन सिंग यासारख्या अनेकांनी या पदाचा कारभार सांभाळला आहे.

१)   पंतप्रधानांची निवड

लोकसभेवरती निवडून आलेल्या सदस्यांकडून बहुमत प्राप्त राजकीय पक्ष आपल्या नेता निवडते. बहुमत प्राप्त राजकीय पक्षाचा नेता बहुमताचा दावा राष्ट्रपतीकडे करतो. बहुमत प्राप्त पक्षाच्या नेत्याकडे बहुमत आहे का? याची खात्री राष्ट्रपती करतात. यानंतर त्या नेत्याला पंतप्रधान म्हणून शपथ दिली जाते.

२) पदाच्या पात्रतेच्या अटी

१) तो भारताचा नागरिक असावा.

२) त्याने त्याच्या वयाची २५ वर्षे पूर्ण केलेली असावीत.

३) तो लोकसभा, राज्यसभेवरती निवडून येण्यास पात्र असावा.

४) त्याच्या पाठीशी बहुतम असावे.

हे निकष पूर्ण करणाऱ्या व्यक्तीला राष्ट्रपती पंतप्रधान म्हणून निवडतात.

३) पंतप्रधानाचे अधिकार, कार्य व भूमिका

अ) मंत्रिमंडळाची निर्मिती

भारतीय राज्यघटनेच्या ७४ व ७५ कलमानुसार पंतप्रधान मंत्रीमंडळाची निर्मिती करतात. म्हणजेच थोडक्यात मंत्रीमंडळ तयार करण्याचे काम पंतप्रधानाचे असते. अनुभवी, कार्यक्षम, हुशार असे मंत्री निवडणे, त्यांच्याकडे खाती देणे, खात्यांमध्ये फेरबदल करणे, मंत्र्यांवरती नियंत्रण ठेवणे या स्वरूपाची कामे पंतप्रधानांना करावी लागतात.

ब) समानातील प्रमुख नेता

सर्व मंत्र्यांचा दर्जा समान असतो. परंतु, त्या सर्व मंत्र्यांमध्ये पंतप्रधान हे समानातील प्रमुख म्हणून ओळखले जातात. पंतप्रधान सर्व मंत्र्यावर नियंत्रण ठेवतात. देखरेख करतात. पंतप्रधान सर्व मंत्र्यांना मार्गदर्शन करतात. सूचना देतात. पंतप्रधान हे मंत्री परिषदेचे अध्यक्ष असतात. या नात्याने त्यांना मंत्रिमंडळाची ध्येय, धोरणे ठरविणे व सर्व मंत्र्यांना विश्वासात घेऊन निर्णय घेणे हे कामदेखील करावे लागते.

क) मंत्रिमंडळाचा नेता

पंतप्रधान हा मंत्रिमंडळाचा नेता असतो. यामुळे पंतप्रधानांना मंत्रिमंडळाच्या कामात एकसूत्रता निर्माण करावी लागते. पंतप्रधान मंत्रिमंडळाने घेतलेले निर्णय सुसूत्र पद्धतीने घेतले की नाही हे पहात असतात. मंत्रिमंडळाने घेतलेले निर्णय राष्ट्रपतींना कळविण्याचे कामदेखील पंतप्रधानांचे असते. तसेच राष्ट्रपतींना सल्ला विचारून मंत्रिमंडळाकडून कारभार करवून घेणे, हे कामदेखील पंतप्रधानांचे असते. मंत्रिमंडळाचा नेता म्हणून काम करावे लागते.

ड) मंत्रिमंडळ व राष्ट्रपती यांच्यातील दुवा

राष्ट्रपतींचा सल्ला घेऊन मंत्रिमंडळाकडून काम करवून घ्यावे लागते. त्यामुळे मंत्रिमंडळ व राष्ट्रपती या दोन घटकांमध्ये सुसंवाद राखण्याचे काम पंतप्रधानांना करावे लागते. मंत्रिमंडळाने घेतलेला निर्णय राष्ट्रपतींना कळवावा लागतो. थोडक्यात, राष्ट्रपती आणि मंत्रिमंडळ यांना जोडणारा दुवा म्हणून पंतप्रधानांना काम करावे लागते.

इ) सत्तारूढ पक्षाचा नेता

पंतप्रधान हा संसदेतील सत्तारूढ पक्षाचा नेता म्हणून कार्य करीत असतो. सत्तारूढ पक्षाची ध्येय-धोरणे व कार्य याबाबत जबाबदारी स्वीकारून तो विरोधी पक्ष सदस्यांनी विचारलेल्या प्रश्नांची उत्तरे देतो. सभागृहाला विश्वासात घेऊन तो कायदा निर्मितीचे कार्य करतो. जवळजवळ ९० टक्के विधेयके सरकारी असतात. या विधेयकाचे कायद्यात रूपांतर करण्यासाठी विधेयक मांडणे, कायदेमंडळाची मंजुरी घेणे, त्यावर राष्ट्रपतींची स्वाक्षरी घेणे ही सर्व कामे पंतप्रधानांना करावी लागतात.

पंतप्रधान हा सत्तारूढ पक्षाचा नेतादेखील असतो. तो आपल्या पक्षावर नियंत्रण ठेवतो, देखरेख करतो. पक्षाने ठरविलेली ध्येय-धोरणे अंमलात आण्याची जबाबदारी पंतप्रधानाची असते. त्यामुळे संसदीय पक्षाच्या नेत्याबरोबरच सत्तारूढ पक्षाचा नेता म्हणूनदेखील पंतप्रधानांना कामे करावी लागतात. जनतेला दिलेले शब्द, जाहीरनामे पाळावे लागतात, जनतेची कामे करावी लागतात, पक्षाचा कार्यक्रम राबवावा लागतो.

ई) जनतेचा नेता

पंतप्रधान हे जनतेचे नेते असतात. जनतेच्या इच्छा, अपेक्षा पूर्ण करण्याची जबाबदारी पंतप्रधानांची असते. पंतप्रधान जनतेच्या समस्या सोडवितात.

फ) शांतता व सुव्यवस्था निर्माण करणे

देशात शांतता व सुव्यवस्था निर्माण करण्याची अंतिम जबाबदारी पंतप्रधानांवर असते. आपल्या मंत्र्यांच्या सहकार्याने प्रशासनावर नियंत्रण ठेवून देशात अंतर्गत शांतता व सुव्यवस्था प्रस्थापित करण्याचा प्रयत्न पंतप्रधान करतात. हे पंतप्रधानांचे मुख्य काम आहे.

ग) परराष्ट्र संबंध विषयक कामे

राष्ट्राच्या सार्वभौमत्वाचे रक्षण करण्याची जबाबदारी पंतप्रधानांवर असते. त्यामुळे पंतप्रधान संरक्षण मंत्र्यामार्फत सार्वभौमत्वाचे संरक्षण करतात. परराष्ट्र धोरण ठरविणे, पराराष्ट्राशी मैत्री करणे, सलोख्याचे संबंध निर्माण करणे, तह करणे, वाटाघाटी करणे, विविध देशाच्या दौऱ्यांवर जाणे या स्वरूपाची कामे पंतप्रधानांना करावी लागतात.

ह) राष्ट्रपतींना माहिती देणे

देशाचा राज्यकारभार राष्ट्रपतींच्यामार्फत चालतो. त्यामुळे राष्ट्रपतींनी राज्यकारभार संबंधी व प्रशासनासंबंधी माहिती मागविल्यास ती माहिती पुरविण्याचे काम पंतप्रधानांना करावे लागते.

पंतप्रधान हे पद अत्यंत महत्त्वाचे आहे. पंतप्रधानांकडे सर्व सत्ता एकवटलेली

असते. त्यामुळे पंतप्रधान हे वास्तव प्रमुख असतात. पंतप्रधान हे पद राष्ट्रपतींच्या सल्ल्याने काम करत होते; पण ४२ व्या घटना दुरुस्तीने राष्ट्रपतींचा सल्ला पंतप्रधानांवरती बंधनकारक राहिला नाही. त्यामुळे या पदाकडे सर्व सत्ता व अधिकार एकवटलेला आहे. भारताच्या संपूर्ण राजकीय व्यवस्थेमध्ये पंतप्रधान पदाला सर्वांत जास्त सत्ता प्राप्त झाल्याने त्यांची भूमिका महत्त्वपूर्ण ठरते.

केंद्रीय मंत्रिमंडळाची रचना

भारतीय राज्यघटनेच्या ७४-७५ व्या कलमाने पंतप्रधानांच्या नियंत्रणाखाली एक मंत्रिमंडळ काम करेल असे म्हटले आहे. या मंत्रिमंडळाची रचना पंतप्रधान करतात. सर्व गटांच्या व्यक्तींना मंत्रिमंडळात सामील करून घ्यावे लागते. यामुळे मंत्रिमंडळ तयार करताना विविध प्रकारचे गट तसेच संसदीय कौशल्य असणाऱ्या व्यक्ती यांचाही समावेश करावा लागतो.

मंत्रिमंडळाची रचना

कॅबिनेट मंत्री
↓
राज्यमंत्री
↓
उपमंत्री
↓
संसदीय सचिव

१) कॅबिनेट मंत्री

हा एक मंत्र्याचा प्रकार आहे. या मंत्र्याचा दर्जा प्रथम पातळीवरील असतो. कॅबिनेटच्या बैठकीला केवळ कॅबिनेट मंत्रीच उपस्थित राहू शकतात. कॅबिनेटमध्ये झालेला निर्णय हा गोपनीय ठेवण्याची जबाबदारी या मंत्र्यांची असते.

२) राज्यमंत्री

राज्यमंत्री म्हणजे मंत्रिमंडळातील दुसऱ्या स्थानावरील मंत्री होय. राज्यमंत्र्याला कॅबिनेट मंत्रिमंडळाच्या बैठकीला उपस्थित रहाता येत नाही. खात्याचे धोरण ठरविण्याचा अधिकार राज्यमंत्र्यांना नसतो. धोरण कॅबिनेट मंत्री ठरवितो व राज्यमंत्री त्याचा मदतनीस म्हणून काम करतो.

३) उपमंत्री

राज्यमंत्र्यांकडे खात्याचा कारभार जादा असेल तर त्याच्या मदतीला उपमंत्री

दिला जातो. उपमंत्र्याला स्वतंत्र अधिकार नसतात. तो राज्यमंत्र्याच्या नियंत्रणखाली काम करीत असतो.

सर्व मंत्र्यांच्या मदतीला संसदीय सचिव असतात. संसदीय सचिव कायमस्वरूपी काम करीत असतात. मात्र, मंत्री दर पाच वर्षांनी बदलतात. सरकार बदलले की, मंत्री बदलतात. यामुळे संसदीय कामकाजात सातत्य निर्माण करण्याचे काम संसदीय सचिव करतात.

मंत्रिमंडळाची रचना तयार करताना पंतप्रधान प्रथम त्यांच्या विश्वासातील लोकांना मंत्री मंडळात सामील करून घेतात. त्यानंतर पंतप्रधान कॅबिनेट मंत्री, राज्यमंत्री, उपमंत्री अशा प्रकारची रचना निश्चित करतात. त्यामुळे कॅबिनेट मंत्री, राज्यमंत्री व उपराज्य मंत्री असे मंत्रिमंडळाचे प्रकार निर्माण झाले आहेत.

मंत्रिमंडळाची वैशिष्ट्ये

१) संयुक्त जबाबदारीचे तत्त्व : पंतप्रधान आणि त्यांचे मंत्रिमंडळ संयुक्तरीत्या लोकसभेला जबाबदार असते. लोकसभेचा विश्वास असेपर्यंत मंत्रिमंडळ सत्तेवरती राहू शकते. परंतु, लोकसभेने मंत्रिमंडळाविरुद्ध अविश्वासाचा ठराव मंजूर केला तर पंतप्रधानाला आपल्या मंत्रिपदाचा राजीनामा द्यावा लागतो. पंतप्रधानांचा राजीनामा हा संपूर्ण मंत्रिमंडळाचा राजीनामा असतो. पंतप्रधान आपल्या सर्व मंत्र्यांना विश्वासात घेऊन कार्य करीत असतो. कोणतेही धोरण ठरवायचे असो किंवा निर्णय घ्यावयाचा असो तो मंत्रिमंडळाच्या बैठकीपुढे आपले मत मांडून सर्व मंत्र्यांचा विश्वास व पाठिंबा मिळवितो. पंतप्रधान सातत्याने सर्व मंत्र्यांत ऐक्य प्रस्थापित करून संयुक्तरीत्या लोकसभेला जबाबदार राहतो. काही वेळा मंत्री व पंतप्रधान या दोहोंत मतभेद निर्माण होऊन संयुक्त जबाबदारीचे तत्त्व धोक्यात येते अशा वेळी पंतप्रधान त्या मंत्र्याला राजीनामा देण्यास सांगतो. पंतप्रधानाला सर्व मंत्र्यांना विश्वासात घेऊन निर्णय घ्यावे लागतात. अकराव्या लोकसभेत पंतप्रधान अटलबिहारी वाजपेयी यांना स्पष्ट बहुमत सिद्ध करता आले नाही. त्यामुळे त्यांना केवळ १३ दिवसांत पंतप्रधानपदाचा राजीनामा द्यावा लागला. पंतप्रधान आपल्या सर्व मंत्र्यांसह संयुक्तरीत्या लोकसभेला जबाबदार राहून कार्य करीत असतो.

२) एकजिनसीपणा : मंत्रिमंडळातील सर्व मंत्र्यांत ऐक्य व एकजिनसीपणा टिकविणे ही महत्त्वाची जबाबदारी पंतप्रधानांची असते; कारण मंत्रिमंडळाच्या बैठकीत मंत्र्यांमध्ये मतभेद होण्याचा संभव असतो. पंतप्रधान, मंत्रिपरिषदेचा अध्यक्ष या नात्याने सर्व मंत्र्यांत राजकीय धोरणाबाबत एकसूत्रीपणा निर्माण करण्याचा सतत प्रयत्न करतात.

राज्यकारभारात स्थिरता निर्माण करण्यासाठी मंत्र्यांनी मतभेद विसरून पंतप्रधानाला सहकार्य करणे आवश्यक असते.

३) गोपनीयता : गोपनीयता हे मंत्रिमंडळाचे एक महत्त्वाचे वैशिष्ट्य मानले जाते. राष्ट्रहिताच्या दृष्टीने मंत्रिमंडळाच्या कार्यात गुप्तता बाळगणे आवश्यक असते. मंत्रिमंडळाच्या बैठकीत घेतलेले निर्णय गुप्त ठेवावे लागतात. मंत्री अधिकारपद स्वीकारताना गुप्ततेची शपथ घेतात. गुप्तता राखून मंत्र्यांनी मंत्रिपरिषदेत झालेले निर्णय गुप्त ठेवले पाहिजेत. गोपनीयता राखण्याची जबाबदारी मंत्रिमंडळाची असते.

४) एकनेतृत्व : मंत्रिमंडळ हे बहुमत प्राप्त झालेल्या राजकीय पक्षाचे असते. त्या राजकीय पक्षाचा नेता पंतप्रधान म्हणून कार्य करीत असतो. सर्व मंत्री पंतप्रधानाचे नेतृत्व मान्य करून त्याला पाठिंबा देतात. एकनेतृत्वाच्या पद्धतीमुळे पंतप्रधान सर्व मंत्र्यांना विश्वासात घेऊन स्थिर व कार्यक्षम सरकार प्रस्थापित करीत असतो. मंत्र्यांनी दिलेल्या निर्णयाबाबत एकमत निर्माण करणे आणि स्थिर शासन प्रस्थापित करणे हे पंतप्रधानांचे महत्त्वाचे कार्य मानले जाते.

५) प्रादेशिक पक्षांचे मंत्रिमंडळात प्रतिनिधित्व : भारतात १९८९ नंतर आघाडीची सरकारे सत्तेवर आली आहेत. भारतीय राजकारणात प्रादेशिक पक्षांचे महत्त्व वाढल्यामुळे त्याचा परिणाम केंद्र सरकारवर झालेला आहे. लोकसभेतील राजकीय पक्षांची संख्या पाहिली, तर प्रादेशिक पक्षांची संख्या वाढलेली आहे. केंद्रीय मंत्रिमंडळांवरती देखील प्रादेशिक पक्षांचे नियंत्रण वाढू लागले आहे. प्रादेशिक पक्षांच्या मदतीमुळेच आघाडीची सरकारे अस्तित्वात आलेली आहेत. प्रादेशिक पक्षांच्या पाठिंब्यावरच केंद्र सरकारची सत्ता टिकून असते. आज केंद्रामध्ये राष्ट्रीय पक्षांना स्वबळावर सत्ता मिळवता येत नसल्याकारणाने प्रादेशिक पक्षांना मंत्रिमंडळात प्रतिनिधित्व द्यावे लागत आहे.

मंत्रिमंडळाचे अधिकार, कार्ये व भूमिका

संसदीय शासनपद्धतीनुसार राष्ट्रपती हा नामधारी कार्यकारी प्रमुख तर पंतप्रधान हा वास्तव कार्यकारी प्रमुख असतो. पंतप्रधान व मंत्रिमंडळ यांच्यामार्फत राज्यकारभार चालतो. राष्ट्रपतीने पंतप्रधान व मंत्रिमंडळाच्या सल्ल्यानुसार वागले पाहिजे अशी ४२व्या घटना दुरुस्तीने तरतूद केलेली आहे. राष्ट्रपती घटनात्मक प्रमुख असला तरी प्रत्यक्षात त्याचे सर्व अधिकार पंतप्रधान व मंत्रिमंडळ वापरते. सर्वसाधारणपणे मंत्रिमंडळाला करावी लागणारी कार्ये पुढीलप्रमाणे –

१) धोरण निर्मिती : शासनाचे धोरण ठरविणे किंवा धोरणाची निर्मिती करणे हे

केंद्रीय मंत्रिमंडळाचे प्रमुख कार्य आहे. राष्ट्राच्या सर्वांगीण विकासासाठी शासनसंस्थेला कोणती उद्दिष्टे गाठावयाची आहेत हे ठरविण्याचे कार्य मंत्रिमंडळाला करावे लागते. तसेच ठरविलेली उद्दिष्ट्ये, योजना कोणत्या मार्गाने वाटचाल करून यशस्वी होतील यासंबंधी निर्णय घेणे, त्यासंबंधी विविध उपाययोजना करणे अशी कामे मंत्रिमंडळाला करावी लागतात. थोडक्यात, राष्ट्रीय व आंतरराष्ट्रीय धोरण ठरविण्याचे कार्य मंत्रिमंडळाला करावे लागते.

२) कायदेविषयक कार्य : संसद कायदेनिर्मितीचे कार्य करीत असली तरी या कार्यात मंत्रिमंडळाला काही प्रमाणात जबाबदारी पार पाडावी लागते. संसदेमध्ये संबंधित मंत्र्यांकडून महत्त्वाची विधेयके मांडली जातात; कारण संसदेत मंत्रिमंडळाच्या पक्षाचे बहुमत असते. त्यामुळे मंत्र्यांनी मांडलेली विधेयके संमत होतात. सामान्यतः मंत्रिमंडळ आपणाला राज्यकारभार योग्य प्रकारे करता यावा आणि आपली ध्येयधोरणे यशस्वी करता यावीत या दृष्टीने आवश्यक असणारे कायदे निर्माण करून संसदेकडून त्यांना मंजुरी मिळविते. संसदेतील नव्वद टक्के विधेयके सरकारी असतात. म्हणजेच ती मंत्रिमंडळाने तयार केलेली असतात आणि संबंधित मंत्र्यांकडून संसदेत मांडली जातात. मंत्रिमंडळ कायदेमंडळाला नेहमी जबाबदार असते. संसदेच्या दोन्ही गृहांत प्रश्नोत्तराच्या तासाच्यावेळी संबंधित मंत्र्यांना त्यांच्या खात्यातील प्रश्नांची उत्तरे द्यावी लागतात. तसेच संसदेत होणाऱ्या चर्चेला उत्तर देण्याचे कार्य मंत्र्याला करावे लागते.

३) अंमलबजावणीचे कार्य : मंत्रिमंडळाकडून सरकारी धोरणे आणि योजना यांची अंमलबजावणी केली जाते. पंतप्रधान मंत्र्यांना खाती वाटप करतो. प्रत्येक मंत्र्यावर त्यांच्या संबंधित खात्याच्या कामाची अंमलबजावणी सोपविण्यात येते. विविध खात्यांच्या कार्यात समन्वय साधून परस्परांच्या सहकार्याने प्रशासन कार्य स्थिर व यशस्वी करण्याचे कार्य मंत्रिमंडळाला करावे लागते. प्रशासकीय कार्याच्या यशावरच मंत्रिमंडळाचे स्थैर्य व भवितव्य अवलंबून असते. संसदेने संमत केलेल्या कायद्याची योग्य प्रकारे अंमलबजावणी करणे ही महत्त्वाची जबाबदारी मंत्रिमंडळाला पार पाडावी लागते.

४) आर्थिक कार्य : अर्थखात्यामार्फत वार्षिक अंदाजपत्रक तयार केले जाते. अर्थमंत्री इतर खात्यांच्या मंत्र्यांकडून मागील खर्चाची माहिती मागवितो, तसेच पुढील खर्चासाठी लागणाऱ्या पैशासंबंधीची माहिती मागवितो. अर्थमंत्री विविध खात्यांकडून आलेल्या माहितीच्या आधारे अंदाजपत्रक तयार करतो. तसेच ते अंदाजपत्रक संसदेत मांडून त्याला संमती घेतो. अंदाजपत्रक निर्माण करताना त्याविषयीची गुप्तता बाळगावी

लागते. अंदाजपत्रक, आर्थिक विधेयके यांच्याविषयी जबाबदारी मंत्रिमंडळाला पार पाडावी लागते; कारण अर्थविधेयकाबाबत संसदेने अविश्वास व्यक्त केला तर मंत्रिमंडळाला राजीनामा द्यावा लागतो. संमत झालेल्या अंदाजपत्रकानुसार पैसा खर्च करण्याचे कार्य मंत्रिमंडळाला जबाबदारीने पार पाडावे लागते; कारण योग्य तितका पैसा योग्य कारणासाठी खर्च होणे आवश्यक असते.

५) नेमणुकीसंबंधीचे अधिकार : प्रशासनातील आणि राजकीय क्षेत्रातील वरिष्ठ अधिकाऱ्यांच्या नेमणुका करण्याचा अधिकार घटनेनुसार राष्ट्रपतींना प्राप्त झालेला असला तरी प्रत्यक्षात पंतप्रधान व त्यांचे मंत्रिमंडळच हा अधिकार वापरते. राज्यपाल, राजदूत, परराष्ट्रात पाठवावयाचे प्रतिनिधी, सेनाधिकारी, न्यायाधीश, विविध आयोगांचे अध्यक्ष इत्यादींच्या नेमणुका राष्ट्रपती मंत्रिमंडळाच्या सल्ल्यानेच करीत असतो. परंतु, या नेमणुकांमध्ये पंतप्रधानांची भूमिका महत्त्वाची असते.

६) देशाचे संरक्षण करणे : परकीय आक्रमणापासून देशाचे संरक्षण करणे, परराष्ट्राशी युद्ध, तह किंवा मैत्री करणे इत्यादी कार्ये पार पाडण्यासाठी संरक्षण खाते, परराष्ट्र व्यवहार खाते अशी खाती निर्माण केलेली असतात. देशाच्या सार्वभौमत्वाच्या रक्षणाची संपूर्ण जबाबदारी मंत्रिमंडळावर असते. परराष्ट्राशी मैत्रीचे, सलोख्याचे संबंध प्रस्थापित करून आंतरराष्ट्रीय क्षेत्रात आपल्या देशात पत, प्रतिष्ठा आणि महत्त्व वाढविण्याचे प्रयत्न मंत्रिमंडळाला करावे लागतात.

७) शांतता व सुव्यवस्था प्रस्थापित करणे : मंत्रिमंडळाला देशात कायदा, सुव्यवस्था आणि शांतता प्रस्थापित करण्याचे कार्य करावे लागते. देशात अशांतता निर्माण होणार नाही याविषयी मंत्रिमंडळाला दक्षता घ्यावी लागते. देशात कायद्याचे राज्य प्रस्थापित करण्याचे कार्य मंत्रिमंडळाला करावे लागते. देशात जातीय, धार्मिक, भाषिक संघर्ष निर्माण होतात, तेव्हा असे संघर्ष मिटविण्याचे आणि शांतता प्रस्थापित करण्याचे कार्य मंत्रिमंडळाला करावे लागते. जे मंत्रिमंडळ नागरिकांच्या स्वातंत्र्याची, हक्कांची हमी देते, त्यांच्या अंमलबजावणीसाठी शांतता, सुव्यवस्था प्रस्थापित करते ते सरकार स्थिर व यशस्वी होऊ शकते. अशा मंत्रिमंडळाला जनतेचा भरघोस पाठिंबा मिळू शकतो.

पंतप्रधान व मंत्रिमंडळ यांची भूमिका अतिशय महत्त्वाची असते. देशाचे धोरण ठरविणे व त्यांची अमंलबजावणी करण्याचे महत्त्वाचे कार्य मंत्रिमंडळाला करावे लागत असल्याने त्यांची भूमिका महत्त्वाची ठरते. मंत्रिमंडळाच्या कार्याच्या यशावरती देशाची प्रगती अवलंबून असते. याचाच अर्थ देशाच्या संपूर्ण विकास प्रक्रियेमध्ये मंत्रिमंडळाची भूमिका निर्णायक ठरते.

क) न्यायमंडळ :

सर्वोच्च न्यायालय :- स्वरूप, अधिकार व कार्ये

भारतीय न्यायदान मंडळाविषयीच्या तरतुदी राज्यघटनेच्या ५ व ६ या भागातील कलम क्र. १२४ ते १४६ तसेच कलम क्र. २१४ ते २३७ यामध्ये केलेल्या आहेत. भारतीय न्यायव्यवस्था एकेरी स्वरूपाची आहे. भारतामध्ये सर्वांत कनिष्ठ पातळीवर कनिष्ठ न्यायालय राज्य पातळीवर उच्च न्यायालय व संपूर्ण संघराज्याचे सर्वोच्च न्यायालय अशी रचना तयार करण्यात आली आहे. ही रचना पिरॅमिडच्या आकाराची आहे. या रचनेमध्ये सर्वोच्च न्यायालय हे भारतासाठी काम करते. (केंद्र सरकारसाठी) १९५० च्या कायद्याने भारतात सर्वोच्च न्यायालयाची स्थापना करण्यात आली.

१) रचना – भारतीय राज्यघटनेच्या १२४ व्या कलमानुसार सर्वोच्च न्यायालयाची रचना करण्यात आली आहे. सर्वोच्च न्यायालयात एक सरन्यायाधीश असतो. त्याला साहाय्य करणारे इतर न्यायाधीश असतात. राष्ट्रपती सरन्यायाधीशाची नेमणूक करतात. सर्वोच्च न्यायालयाच्या सरन्यायाधीशाच्या सल्ल्याने इतर न्यायाधीशंच्या नेमणुका राष्ट्रपती करतात. सध्या सर्वोच्च न्यायालयात एक मुख्य न्यायाधीश आणि ३० इतर न्यायाधीश अशी एकूण ३१ सदस्यसंख्या आहे.

२) पात्रतेच्या अटी

१) ती व्यक्ती भारताचा नागरिक असावी.

२) तिने उच्च न्यायालयाच्या न्यायाधीश पदी पाच वर्षं काम केलेले असावे.

३) तिने उच्च न्यायालयात १० वर्षं वकिली केलेली असावी.

३) न्यायाधीशांचा कार्यकाल

भारतीय राज्यघटनेमध्ये न्यायाधीशांच्या निवृतीचे वय दिलेले आहे. सर्वोच्च न्यायालयाचा न्यायाधीश वयाची ६५ वर्षे पूर्ण करेपर्यंत आपल्या पदावर राहू शकतो.

४) सर्वोच्च न्यायालयाचे अधिकार क्षेत्र

सर्वोच्च न्यायालयाला राज्यघटनेने घटनेचा अर्थ लावण्याचा, केंद्र-राज्य यांच्यातील संघर्ष मिटविण्याचा व मूलभूत हक्कांचे संरक्षण करण्याचा अधिकार दिला आहे.

१) प्रारंभिक अधिकार क्षेत्र

प्रारंभिक अधिकार क्षेत्रात जे खटले सर्वोच्च न्यायालयात चालवले जातात आणि इतर कोणत्याही न्यायालयात ते प्रथम दाखल करता येत नाही, यांच्या समावेश केला जातो. प्रारंभिक चौकशीच्या अधिकारात जे खटले फक्त सर्वोच्च न्यायालयात दाखल केले जातात, अशा खटल्याचा समावेश या प्रकारात केला जातो. प्रारंभिक

अधिकार क्षेत्रात येणारे खटले पुढीलप्रमाणे –

१) दोन अधिक घटकराज्यामधील वाद.

२) राष्ट्रपती, उपराष्ट्रपती, सभापती व पंतप्रधान यांच्या निवडणुका संबंधिचे वाद

३) केंद्र सरकार आणि एक किंवा अनेक घटकराज्य यातील वाद

४) केंद्र सरकार आणि एक किंवा अनेक राज्य एका बाजूला आणि दुसऱ्या बाजूला एक किंवा अनेक राज्ये यातील वाद.

५) वित्त आयोगाला देण्यात आलेल्या बाबी.

वरील खटल्याबाबत न्यायनिवाडा करण्याचा अधिकार सर्वोच्च न्यायालयाला दिलेला आहे. घटनात्मक खटला चालविण्यासाठी कमीत कमी सात न्यायाधीश असावे लागतात. तसेच निर्णय देताना २/३ बहुमताची आवश्यकता असते.

२) पुनर्निर्णयाचे अधिकार क्षेत्र

सर्वोच्च न्यायालयाचे पुनर्निर्णयाचे अधिकार क्षेत्र याचा अर्थ भारतातील उच्च न्यायालयांनी दिलेल्या निर्णयावर पुनर्निर्णय, पुनर्विचार करण्याचा सर्वोच्च न्यायालयाचा अधिकार होय. उच्च न्यायालयाने दिलेल्या निर्णयाचा पुनर्निर्णय सर्वोच्च न्यायालय तीन प्रकारे करते.

१) राज्यघटनेच्या अर्थासंबंधी पुनर्निर्णय देणे.

२) दिवाणी दाव्यासंबंधी पुनर्निर्णय देणे.

३) फौजदारी दाव्यासंबंधी पुनर्निर्णय देणे.

अ) राज्यघटनेच्या अर्थासंबंधी पुनर्निर्णय देणे

उच्च न्यायालयामध्ये चाललेल्या खटल्यांमध्ये राज्यघटनेच्या अर्थासंबंधी प्रश्न निर्माण झाल्यास त्या खटल्याच्या निर्णयाविरुद्ध सर्वोच्च न्यायालयात अपील करता येते. परंतु, असे संमतीपत्र उच्च न्यायालयाने दिले पाहिजे. परंतु, एखाद्या खटल्यासंबंधी उच्च न्यायालयाने संमतीपत्र दिले नाही तरी त्या खटल्याविषयी घटनेचा अर्थ लावण्यासंबंधी प्रश्न उपस्थित झाला आहे अशी सर्वोच्च न्यायालयाची खात्री झाली, तर अपिलाची खास परवानगी सर्वोच्च न्यायालय देऊ शकते. एकूणच उच्च न्यायालयाने राज्यघटनेच्या अर्थासंबंधीच्या खटल्याचा जो निर्णय दिलेला असतो, त्या विरुद्धच्या अपिलावर फेरविचार करून निर्णय देण्याचा अधिकार सर्वोच्च न्यायालयाला राज्यघटनेने दिलेला आहे.

ब) दिवाणी बाबींविषयक अपील

दिवाणी खटल्यासंबंधी उच्च न्यायालयाने दिलेल्या निर्णयाविरुद्ध सर्वोच्च न्यायालयात अपील करता येते. परंतु, त्यासाठी काही तरतुदी आहेत. दिवाणी दाव्याची

किंमत २० हजार रु. पेक्षा जास्त असेल किंवा दिवाणी दाव्यात तितक्या किमतीच्या मिळकतीचा संबंध असेल. सर्वोच्च न्यायालयात अपील करण्यासंबंधीची योग्य बाब असेल तर सर्वोच्च न्यायालयात अपील करता येते. उच्च न्यायालयाने दिवाणी हक्कांसंबंधी दिलेल्या निर्णयात कायद्यात महत्त्वाचा प्रश्न अंतर्भूत असेल तर सर्वोच्च न्यायालयात अपील करता येते.

क) फौजदारी दाव्याविषयक अपील

फौजदारी खटल्यासंबंधी उच्च न्यायालयांनी दिलेल्या निर्णयाविरुद्ध सर्वोच्च न्यायालयात अपील करता येते. परंतु, त्यासाठी काही तरतुदी आहेत. कनिष्ठ न्यायालयाचा निर्णय बदलून उच्च न्यायालयाने आरोपीला फाशीची शिक्षा दिली असल्यास, फौजदारी खटला सर्वोच्च न्यायालयात अपील करण्यास योग्य आहे असे शिफारशी पत्र उच्च न्यायालयाने दिले असल्यास, फौजदारी या दाव्यासंबंधी सर्वोच्च न्यायालयाच्या अधिकार क्षेत्रात बदल करण्याचा अधिकार संसदेला दिलेला आहे. भारतीय घटनेच्या १३६ व्या कलमानुसार भारतातील कोणत्याही उच्च न्यायालयाने किंवा लवादाने दिलेल्या कोणत्याही खटल्याच्या निर्णया विरुद्ध सर्वोच्च न्यायालय आपल्या विशेष परवानगीने असे खटले पुनर्निर्णयासाठी स्वत:कडे घेऊ शकतो, परंतु सैनिक न्यायालयाच्या निर्णयाबाबत असे खटले त्यास चालविता येत नाहीत.

३) सल्लाविषयक अधिकार क्षेत्र

१४३ व्या कलमानुसार राष्ट्रपती पुढील दोन बाबतीत आवश्यकता वाटल्यास सर्वोच्च न्यायालयाचा सल्ला घेऊ शकतो –

१) सार्वजनिक दृष्ट्या महत्त्वाच्या असलेल्या कायद्याचा वस्तुस्थितीचा प्रश्न.

२) घटना निर्माण होण्यापूर्वी केलेले करारनामे, सनद.

या बाबींविषयक वाद उपस्थित झाल्यास राष्ट्रपती सर्वोच्च न्यायालयाकडून त्याबाबत सल्ला मागवू शकतो. सर्वोच्च न्यायालयाने दिलेल्या सल्ला राष्ट्रपतींवर बंधनकारक नसतो. केरळ राज्याच्या शिक्षणविषयक विधेयकाला संमती देण्यापूर्वी राष्ट्रपतीने त्याविषयी सर्वोच्च न्यायालयाचा सल्ला घेतला होता. उत्तर प्रदेशाची विधानसभा आणि लखनौचे उच्च न्यायालयाचे यांच्या अधिकार क्षेत्राबाबतच्या वादासंबंधी राष्ट्रपतीने सर्वोच्च न्यायालयाचा सल्ला मागवीला होता. थोडक्यात, आवश्यकतेनुसार राष्ट्रपती सर्वोच्च न्यायालयाचा सल्ला मागवू शकतात.

४) न्यायालयीन पुनर्विलोकनाचा अधिकार

संसदेने केलेला कायदा किंवा कार्यकारी मंडळाने घेतलेला निर्णय घटनात्मक

चौकटीत बसणारा आहे की नाही हे तपासण्याचा सर्वोच्च न्यायदान मंडळाचा अधिकार म्हणजे न्यायालयीन पुनर्विलोकन होय.

५) अभिलेख न्यायालय

भारतीय राज्यघटनेच्या १२९ व्या कलमात सर्वोच्च न्यायालय हे अभिलेखाचे न्यायालय आहे असे म्हटले आहे. सर्वोच्च न्यायालयाने दिलेले निर्णय भारतातील सर्व न्यायालयात प्रमाणभूत मानले जातात. म्हणजेच थोडक्यात सर्वोच्च न्यायालयाने दिलेल्या निर्णयाला कायद्याइतकेच महत्त्व असते. अशा स्वरूपाचा खटला नव्याने उपस्थित झाल्यानंतर सर्वोच्च न्यायालयाच्या मागील निर्णयाचा आधार घेतला जातो. त्यामुळे सर्वोच्च न्यायालयाला अभिलेखाचा दर्जा प्राप्त झाला आहे.

६) मूलभूत हक्कांच्या संरक्षणाचा अधिकार

भारतीय राज्यघटनेने नागरिकांना मूलभूत हक्क दिलेले आहेत. उदा. समतेचा, स्वातंत्र्याचा, पिळवणूक विरोधी लढण्याचा हक्क इ. या हक्कांना राज्यघटनेने संरक्षण दिलेले आहे. उदा. बंदीप्रत्यक्षिकरण, परमादेश, उत्प्रेषण इ. आदेश देऊन सर्वोच्च न्यायालयाचा मूलभूत हक्काचे संरक्षण करते. हा अधिकार सर्वोच्च न्यायालयाला प्राप्त झाला आहे.

७) इतर अधिकार

१) केंद्रीय लोकसेवा आयोगाचा अध्यक्ष आणि सदस्य यांच्या वर्तनाची चौकशी करणे.

२) भारतातील सर्व न्यायालये व लवाद यांच्यावर नियंत्रण ठेवणे.

३) सर्वोच्च न्यायालयाच्या अधिकार क्षेत्राचा विस्तार करण्याचा अधिकार.

अधिकार सर्वोच्च न्यायालयाला मिळालेला आहे. या अधिकारानुसार सर्वोच्च न्यायालय आपल्या अधिकार क्षेत्राचा विस्तार करू शकते. उदा. संसद कायदा करून सर्वोच्च न्यायालयाला संघसूचीतील कोणत्याही विषयाबाबत आणखी अधिकार व सत्ता देऊ शकते. एखाद्या खटल्यातील वादासंबंधी योग्य न्याय दिला जावा यासाठी आपल्या आदेशाची अंमलबजावणी देशात सर्वत्र व्हावी यासाठी सर्वोच्च न्यायालय आदेश देते. सर्वोच्च न्यायालयाने केलेला कायदा भारतातील सर्व न्यायालयांवर बंधनकारक असतो. देशातील उच्च व कनिष्ठ न्यायालयाच्या कामकाजासंबंधी नियम करण्याचा अधिकार सर्वोच्च न्यायालयाला आहे.

सर्वोच्च न्यायालय हे भारतातील अंतिम न्यायालय आहे. या न्यायालयाला अभिलेखाच्या न्यायालयाचा दर्जा प्राप्त झालेला आहे. हे न्यायालय केंद्र आणि राज्य

यांच्यात वाद उपस्थित झाल्यास ते वाद सोडविते. तसेच नागरिकांच्या मूलभूत हक्कांवर आक्रमण झाल्यास ते दूर करण्याचा प्रयत्न सर्वोच्च न्यायालय करते.

न्यायालयीन पुनर्विलोकन

मूलभूत हक्कांच्या संरक्षणासाठी व शासनावर अंकुश ठेवण्यासाठी न्यायालयीन पुनर्विलोकनामध्ये तीन मुद्द्यांचा समावेश होतो.

१) कायद्याचा अर्थ लावणे – राज्यघटना हा मूलभूत कायदा आहे. घटनेच्या कायद्याचा अर्थ लावणे म्हणजेच न्यायालयीन पुनर्विलोकन होय.

२) घटना हा मूलभूत कायदा असून या घटनेच्या चौकटीत राहून सर्वसाधारण कायदा केला जावा अशी अपेक्षा असते. याचा अर्थ असा होतो की, सर्वसाधारण कायदा घटनेशी सुसंगत असला पाहिजे. म्हणजेच थोडक्यात घटनेशी विसंगत असलेला भाग रद्द ठरविण्याचा अधिकार म्हणजेच न्यायालयीन पुनर्विलोकन होय.

३) न्यायालय घटनेच्या संदर्भात सर्वसाधारण कायद्याचा अर्थ लावते. घटनेशी सुसंगत भाग योग्य ठरविला जातो आणि घटनेशी विसंगत भाग रद्द ठरविला जातो.

या पद्धतीचे न्यायालयीन पुनर्विलोकन भारतातील सर्वोच्च न्यायालय करते.

भारतामध्ये तीन पद्धतीने न्यायालयीन पुनर्विलोकन होते –

१) मूलभूत हक्कांच्या संदर्भात न्यायालयीन पुनर्विलोकन

भारतीय राज्यघटनेने मूलभूत हक्क नागरिकांना दिले आहेत. नागरिकांच्या मूलभूत हक्कांमध्ये व्यक्ती अथवा संस्थेचा हस्तक्षेप केला तर त्या विरोधात सर्वोच्च न्यायालयात खटला दाखल करता येतो. यातून नागरिकांच्या मूलभूत हक्कांवरील अतिक्रमण दूर केले जाते. या संदर्भात भारतात विविध प्रकारचे खटले लढविले गेले. शंकर प्रसाद सिंग यांच्याविरुद्ध भारत सरकार (१९५२) प्रसाद सिंग विरुद्ध राजस्थान सरकार, रोमेश थापर विरोधी दिल्ली राज्य, गुजरात राज्य विरोधी शांतीदास, मंगलदास, गुलोखनाथ विरुद्ध पंजाब सरकार या सर्व खटल्यांमध्ये नागरिकांच्या मूलभूत हक्कांमध्ये केंद्राचा किंवा राज्याचा हस्तक्षेप झालेला आहे असा मुद्दा होता; यातून न्यायालयीन पुनर्विलोकन झाले.

२) संघराज्याच्या संदर्भात न्यायालयीन पुनर्विलोकन

संघराज्याच्या संदर्भात न्यायालयीन पुनर्विलोकन केले जाते. केंद्र शासन व घटक राज्य, राज्य विरोधी इतर राज्य असा कायदेशीर संघर्ष उभा राहिल्यानंतर

सर्वोच्च न्यायालयात सुनावणी होते. यातून न्यायालयीन पुनर्विलोकन केले जाते. पश्चिम बंगाल विरोधी भारत सरकार (१९६४), राजस्थान सरकार विरोधी भारत सरकार (१९९७), कर्नाटक राज्य विरोधी भारत सरकार (१९७८) या खटल्यांमध्ये संघराज्यात न्यायालयीन पुनर्विलोकन झाले.

३) राष्ट्रपतींना सल्ला देताना न्यायालयीन पुनर्विलोकन

एखाद्या कायद्याचा प्रश्न निर्माण झाला किंवा होण्याची शक्यता आहे तेव्हा राष्ट्रपती सर्वोच्च न्यायालयाचा सल्ला घेतात. या प्रक्रियेमधूनही न्यायालयीन पुनर्विलोकन होते. या प्रकारचे न्यायालयीन पुनर्विलोकन केरळ सरकारचे शिक्षणविषयीचे विधेयक (१९५७), बेरूबारी प्रकरण (१९५८), विशेष अधिकार भंग व राष्ट्रपतींची निवडणूक (१९७४) मध्ये झाली होती.

न्यायालयीन पुनर्विलोकन म्हणजे घटनात्मक कायद्याशी इतर कायदे सुसंगत आहेत की विसंगत हे ठरविण्याचा सर्वोच्च न्यायालयाचा अधिकार होय. भारतीय राज्यघटनेने हा महत्त्वपूर्ण अधिकार सर्वोच्च न्यायालयाला दिलेला आहे.

न्यायालयीन सक्रियता

१९८० नंतर भारतामध्ये न्यायालयीन सक्रियता ही संकल्पना उदयाला आली. १९८० नंतर भारतीय समाजात मोठ्या प्रमाणावर गुन्हेगारी, भष्ट्राचार, लोकशाही मूल्यांचा ऱ्हास होऊ लागला. या संदर्भात सर्वोच्च न्यायालयाने काही महत्त्वपूर्ण निकाल दिल्याने सामान्य जनतेला आशा वाटू लागली. भारतीय राज्यघटनेने कायदेमंडळ, कार्यकारी मंडळ व न्यायदान मंडळ या तिन्ही शाखांमध्ये सत्तेचे विभाजन केलेले आहे. कोणत्याही शाखेने इतर शाखेच्या अधिकार क्षेत्रांत हस्तक्षेप करू नये अशी तरतूद केली आहे. याचाच अर्थ सत्ता संतुलन निर्माण केलेले आहे. भारतामध्ये कायदेमंडळ, कार्यकारी मंडळ आपली जबाबदारी योग्य रीतीने पार पाडीत नाहीत. त्यामुळे सामान्य जनता न्यायालयांकडे जाते. न्यायालय सामान्य जनतेच्या अपेक्षा लक्षात घेऊन आपली सक्रियता किंवा अधिकारक्षेत्र वाढविते; यातून न्यायालयीन सक्रियता ही संकल्पना उदयाला आली आहे.

न्यायालयीन सक्रियता – अर्थ

कायदेमंडळ व कार्यकारीमंडळाची जी कामे किंवा जबाबदारी आहे. ती कामे किंवा जबाबदारी कायदेमंडळ व कार्यकारी मंडळाकडून पार पाडली जात नाही त्याबाबत न्यायालय निर्णय देते यास न्यायालयीन सक्रियता असे म्हणतात. उदा. पर्यावरणाची काळजी घेणे.

विकास

१९८० नंतर खऱ्या अर्थाने भारतामध्ये न्यायालयीन सक्रियतेचा विकास होऊ लागला. १९८० पर्यंत कायदेमंडळ व कार्यकारी मंडळ आपली जबाबदारी पार पाडत होते. परंतु, १९८० नंतर सामान्य जनतेचा कायदेमंडळ व कार्यकारीमंडळावरील विश्वास कमी झाला. आग्रा सुरक्षा गृह खटला हे न्यायालयीन सक्रियतेचे महत्त्वपूर्ण उदाहरण आहे. हुंडाबळी, बलात्कार, पोलिस कोठडीतील मृत्यू, प्रदूषित कारखाने बंद करण्याचा निर्णय, आरक्षणाच्या धोरणाच्या अंमलबजावणीसंदर्भातील निर्णय, अन्नधान्य सरकारी गोदामांमध्ये खराब होत असेल तर ते गरीब जनतेला मोफत वाटण्याचा निर्णय; अशा अनेक निर्णयांमधून न्यायालय सक्रिय झाल्याचे दिसते. कायदेमंडळ व कार्यकारी मंडळ दुर्बल व निष्क्रिय झाल्याने न्यायालय अधिक सक्रिय झाल्याचे दिसते.

मूल्यमापन

गुण किंवा समर्थन

१) नागरिकांच्या हक्कांचे संरक्षण करण्यासाठी न्यायालयीन सक्रियता गरजेची आहे.

२) कायदेमंडळ व कार्यकारीमंडळाच्या अकार्यक्षमतेमुळे न्यायालयाला सक्रिय व्हावे लागते.

३) उच्च पातळीवरील भ्रष्टाचार यामुळे उघडकीस आला.

४) पर्यावरणीय कायद्यांची अंमलबजावणी शक्य झाली.

५) पोलिस प्रशासनात सुधारणा घडून आल्या.

आक्षेप/मर्यादा

१) न्यायालय आपल्या निर्णयांच्या अंमलबजावणीची हमी देऊ शकत नाही.

२) न्यायालयाने कायदेमंडळ व कार्यकारीमंडळाच्या अधिकारक्षेत्रात हस्तक्षेप केला. त्यामुळे सत्तासंतुलन तत्त्वाला बाधा निर्माण झाली.

३) ज्या क्षेत्राबाबत न्यायमंडळाला अनुभव नाही अशा क्षेत्राबद्दल न्यायालय निर्णय देऊ लागले.

४) न्यायालयावरील कामाचा ताण वाढत आहे.

५) न्यायालयांनी सामाजिक चळवळींचा अवकाश व्यापला.

सारांश

    पंडित नेहरूंच्या काळात कायदे मंडळ, कार्यकारी मंडळ प्रभावी होते; त्यामुळे न्यायालयाची भूमिका मर्यादित होती. परंतु, नंतरच्या काळात कायदेमंडळ, कार्यकारी मंडळ दुर्बल बनत गेले. लोकांचे प्रश्न, समस्या सोडविण्याची ताकद या घटकांमध्ये राहिली नाही. त्यामुळे आपले प्रश्न सोडविण्याचे एक माध्यम म्हणून लोकांनी न्यायदान मंडळाकडे पाहण्यास सुरुवात केली. न्यायदानमंडळाने देखील आपली तांत्रिकता बाजूला ठेवून लोकांचे प्रश्न सोडविण्याला प्राधान्य दिल्याने न्यायदान मंडळ आपल्या अधिकार क्षेत्राच्या सीमारेषा ओलांडून बाहेर गेले. याचाच अर्थ न्यायालय सक्रिय झाले व ते कायदेमंडळ आणि कार्यकारी मंडळाच्या अधिकारक्षेत्राबाबतचे निर्णय देऊ लागले. अशाप्रकारे न्यायालयीन सक्रियता ही संकल्पना स्पष्ट करता येते.

विभाग २

प्रकरण ५

राज्य शासनाची रचना

राज्य कायदेमंडळ- रचना, सत्ता, भूमिका

ब) राज्य कार्यकारीमंडळ- मुख्यमंत्री व मंत्रिमंडळाची भूमिका व कार्ये

क) न्यायमंडळ- स्वरूप, उच्च न्यायालय रचना व कार्ये

प्रस्तावना

घटकराज्य विधिमंडळ

राज्यपातळीवर विधानसभा, विधान परिषद आणि उच्च न्यायालय अशा तीन लोकशाही संस्था महत्त्वाच्या आहेत. या तीन संस्थाच्या संदर्भातील घटनात्मक तरतुदी आहेत. शिवाय या तीन संस्था गेल्या सहा दशकात बदलत गेल्या आहेत. या मुद्यांचा या प्रकरणात आपण अभ्यास करणार आहे.

घटकराज्य विधीमंडळ

विधानपरिषद — विधानसभा

अ) विधानसभा: रचना, अधिकार, कार्ये व भूमिका

लोकसभेप्रमाणे विधानसभा हे कनिष्ठ सभागृह आहे. या गृहामध्ये प्रत्यक्ष जनतेने निवडून दिलेली प्रतिनिधी असल्याने अधिकारांच्याबाबतीत ते शक्तीशाली बनले आहे.

१) रचना

विधानसभेतील सदस्यांची निवड जनतेकडून प्रौढ मताधिकाराद्वारे व गुप्त मतदानपद्धतीने होते. प्रत्येक घटकराज्याच्या विधानसभेत किती सदस्य असावेत? हे तेथील लोकसंख्येच्या प्रमाणावर ठरते. सर्वसाधारणपणे ६० पेक्षा कमी व ५०० पेक्षा जास्त विधानसभेची सदस्यसंख्या असत नाही.

२) पात्रता

१) ती व्यक्ती भारताचा नागरिक असावी.

२) त्या व्यक्तीने वयाची २५ वर्षे पूर्ण केलेली असावीत.

३) तिचे नाव राज्याच्या कोणत्यातरी मतदारसंघाच्या यादीत असावे.

३) कार्यकाळ

विधानसभेचा कार्यकाळ राज्यघटनेनुसार ५ वर्षांचा निश्चित केलेला आहे. परंतु मुदतपूर्व राज्यपाल विधानसभा बरखास्त करू शकतात.

४) विधानसभेचे पदाधिकारी

विधानसभेच्या प्रमुखाला सभापती किंवा अध्यक्ष तर उपप्रमुखाला उपसभापती किंवा उपाध्यक्ष म्हटले जाते. सभागृहातील प्रत्येक सदस्य आपले म्हणणे सभागृह प्रमुखाला किंवा प्रमुखातर्फे सर्व सभागृहाला संबोधित करत असल्यामुळे सभागृह प्रमुखाला सभापती असे म्हटले जाते.

१) विधानसभेचा सभापती – सभागृहातील सदस्यांमधूनच एकाची सभापतीपदी निवड केली जाते. सर्वसाधारणपणे सभागृहाचा कार्यकाळ असेपर्यंत सभापती पदावर कार्यरत असतात. तथापि, तत्पूर्वी तो आपले पद रिक्त करू शकतो.

अधिकार व कार्ये

१) सभागृहाचे कामकाज नियमानुसार चालविणे. सभागृहामध्ये सुव्यवस्था आणि सभ्यतांचे पालन करवून घेणे. ही त्याची प्राथमिक जबाबदारी असून याबाबत त्याचा निर्णय हा अंतिम निर्णय असतो.

२) विधानसभेत मांडल्या जाणाऱ्या प्रस्तावांना मंजुरी देणे.

३) सभागृहातील चर्चेवर नियंत्रण ठेवणे.

४) पुरेश्या गणसंख्येअभावी तो सभागृहाचे कामकाज तहकूब करू शकतो किंवा बैठक स्थगित करू शकतो.

५) एखाद्या विधेयकावर दोन्ही बाजूंनी समान मते पडल्यास निर्णायक मत देणे.

६) एखादे विधेयक धनविधेयक आहे किंवा नाही याचा निर्णय देतो आणि या संदर्भात त्यांचा निर्णय अंतिम मानला जातो.

७) पक्षांतराच्या आधारे सभागृहातील सदस्यांची अपात्रता ठरविणे.

८) विधानसभेतील सर्व समित्यांच्या नियुक्त्या करणे आणि त्यांच्या कार्यावर पर्यवेक्षण करणे. सभापती हे स्वतः कामकाज सल्लागार समिती, नियम समिती आणि सर्वसाधारण उद्देश समिती इ. समित्यांचे अध्यक्ष असतात.

२) विधानसभेचा उपसभापती – सभापतींप्रमाणेच उपसभापती हे सुद्धा विधानसभेच्या सदस्यांमधूनच निवडले जातात. सभापतीची निवड झाल्यानंतर त्यांची निवड केली जाते.

५) विधानसभेचे अधिकार व कार्ये

१) कायदेविषयक अधिकार :– राज्यसूची व समवर्ती सूचीतील विषयांवर घटकराज्यासाठी कायदा तयार करणे. विधानपरिषदेच्या तुलनेत विधानसभेला कायदेविषयक अधिकार जास्त आहेत.

२) अर्थविषयक अधिकार :– अर्थविधेयक पहिल्यांदा विधानसभेत सादर केले जाते. विधानसभेच्या परवानगी शिवाय राज्यशासनाला कर आकारता येत नाही, महसूल गोळा करता येत नाही. अंदाजपत्रकाला मान्यता देण्याचे महत्त्वाचे काम विधानसभेला करावे लागते. संपूर्ण आर्थिक अधिकार विधानसभेकडे आहेत.

३) मंत्रिमंडळावर नियंत्रण :– संसदीय लोकशाहीनुसार मंत्रिमंडळ हे कनिष्ठ सभागृहाला जबाबदार असते. घटकराज्यपातळीवर मंत्रिमंडळ विधानसभेला जबाबदार असते. प्रश्न, उपप्रश्न यासारख्या विविध मार्गांचा वापर करून विधानसभा मंत्रिमंडळावर नियंत्रण ठेवते. तसेच मंत्रिमंडळाविरोधी अविश्वास ठराव विधानसभेत मांडता येतो. त्याला जर विधानसभेने बहुमताने मंजुरी दिली तर मुख्यमंत्री व मंत्रिमंडळाला आपल्या पदाचा राजीनामा द्यावा लागतो. मंत्रिमंडळाला नियंत्रित करण्याची शक्ती राज्यघटनेने विधानसभेला दिली आहे.

४) उर्वरित अधिकार

१) राष्ट्रपतीच्या निवडणुकीमध्ये विधानसभा सदस्य मतदार म्हणून भाग घेतात.

२) काही घटनादुरुस्ती विधेयकासाठी निम्म्यापेक्षा जास्त घटकराज्यांच्या विधानसभांची मान्यता आवश्यक असते.

३) विधिमंडळाचे अधिवेशन चालू नसताना राज्यपालांनी काढलेल्या वटहुकूमांना विधानसभेला मंजुरी द्यावी लागते.

४) राज्यसभेसाठी काही सदस्यांची निवड करणे.

५) विधान परिषदेची निर्मिती किंवा बरखास्ती या बाबतच्या ठरावाला विधानसभेची मान्यता आवश्यक असते.

अशाप्रकारे भारतामध्ये घटकराज्यपातळीवर विधानसभा या गृहाला अधिकार दिलेले आहेत. बहुतांश घटकराज्यांमध्ये केवळ विधानसभा हे कायदेमंडळाचे एकमेव गृह अस्तित्वात असते. याशिवाय ज्या घटकराज्यामध्ये द्विगृही कायदेमंडळ पद्धत

स्वीकारलेली आहे. तेथे देखील विधानसभा या गृहाकडे संपूर्ण निर्णय घेण्याची सत्ता केंद्रित झालेली दिसते.

विधानपरिषद : रचना, अधिकार व भूमिका

विधानपरिषद हे कायदेमंडळाचे वरिष्ठ सभागृह आहे. सध्या सात राज्यात विधानपरिषद अस्तित्वात आहे. महाराष्ट्र, बिहार, कर्नाटक, जम्मू-काश्मीर, उत्तरप्रदेश, आंध्रप्रदेश, तमिळनाडू.

कलम १६८ (१) :- या कलमानुसार विधान परिषद निर्माण केली जाते. विधानपरिषदेला अतिशय कमी अधिकार प्राप्त आहेत. विधान परिषद हे निरनिराळ्या घटकांचे व संस्थांचे प्रतिनिधित्व करते. विधानपरिषदेचे अध्यक्ष व उपाध्यक्ष विधानपरिषदेच्या सदस्यांमधूनच निवडले जातात.

कलम १६९ (१) नुसार - विधानसभेने सभासदांच्या व उपस्थित राहून मतदान करणाऱ्या सभासदांच्या दोन तृतीयांश बहुमताने ठराव संमत केल्यास संसद अशा राज्यात नसलेली विधानपरिषद निर्माण करू शकते किंवा अस्तित्वात असलेली विधानपरिषद बरखास्त करू शकते.

१) विधानपरिषदेची रचना

विधानपरिषदेच्या सदस्यसंख्येबाबत राज्यघटनेत तरतूद नाही. परंतु, कलम १७१ नुसार विधानपरिषदेत किमान ४० सभासद असतील व विधानसभेच्या एकूण सभासद संख्येच्या एक तृतीयांश पेक्षा हे सभासद जास्त नसतील असे ठरवण्यात आले आहे. प्रत्येकी १/३ सभासद विधानसभा सभासदांकडून व स्थानिक स्वराज्य संस्थांमार्फत प्रत्येकी १/१२ सभासद शिक्षक व पदवीधर मतदारसंघातून, १/६ सदस्य राज्यपालांकडून नियुक्त केले जातात.

२) विधान परिषद सदस्यत्वाच्या पात्रतेच्या अटी

१) भारताचा नागरिक असावा.

२) वयाची ३० वर्षे पूर्ण केलेली असावी.

३) संसदेने वेळोवेळी विहित केलेल्या अटींची त्याने पूर्तता केलेली असावी.

विधान परिषद सदस्याच्या अपात्रतेच्या अटी

१) लाभ देणाऱ्या शासकीय पदावरील व्यक्ती.

२) मानसिक विकलांग किंवा नादार व्यक्ती.

३) सभागृहाच्या परवानगीशिवाय विधानपरिषदेच्या बैठकीला सतत आठ दिवस गैरहजर राहाणारी व्यक्ती.

४) दोन वर्षांपेक्षा अधिक काळ तुरुंगवास झालेला गुन्हेगार.

५) निवडणुकीतील भ्रष्टाचाराबद्दल निवडणूक आयोगाने किंवा न्यायालयाने दोषी ठरवलेली व्यक्ती.

६) सरकारी नोकरीतून भ्रष्टाचारामुळे बडतर्फ झालेली व्यक्ती.

७) निवडणूक खर्चाचा हिशेब योग्यवेळी व योग्यप्रकारे न दिलेली व्यक्ती.

८) शासकीय करारात हितसंबंधात गुंतलेली व्यक्ती.

९) महामंडळाच्या उच्च पदावरील व्यक्ती.

३) निवड प्रक्रिया

विधान परिषदेवर निवडून जाणाऱ्या सदस्यांची निवड क्रमदेय एक मतदान प्रमाणशीर पद्धतीने व गुप्त मतदान पद्धतीने निवडले जातात.

४) विधानपरिषदेचा कालावधी

विधानपरिषद हे स्थायी सभागृह असून विधानसभेने बरखास्तीचा ठराव केल्याशिवाय ते बरखास्त होत नाही. दर दोन वर्षांनी विधानपरिषदेचे एक तृतीयांश सदस्य निवृत्त होतात व तेवढेच नव्याने निवडले जातात. सभासदांचा कालावधी सहा वर्षांचा असतो. जुने दोन तृतीयांश सभासद व नवे एक तृतीयांश सभासद अशी सभासदांची वर्गवारी असते.

अधिवेशन

विधानपरिषदेची वर्षातून दोन अधिवेशने होतात. दोन अधिवेशनात ६ महिन्यांपेक्षा जास्त कालावधी नसतो. राज्यपाल विधानसभेबरोबरच विधान परिषदेचे अधिवेशन बोलावतो.

५) विधानपरिषद सभापती व उपसभापती

विधान परिषदेचे कामकाज पाहाण्यासाठी सभापती व उपसभापती यांची तरतूद करण्यात आली आहे. विधानपरिषदेत निवडून आलेले सभासद आपल्यामधूनच सभापती व उपसभापतींची निवड करतात. विधानपरिषदेच्या सभापतीस अध्यक्ष व उपसभापतीस उपाध्यक्ष म्हणून संबोधले जाते.

विधानपरिषद अध्यक्षाची किंवा सभापतीची कार्ये

१) विधानपरिषद या गृहाचे अध्यक्षस्थान भूषवून सभागृहाच्या कामाकाजाचे नियमन करणे.

२) विधान परिषदेत शांतता, सुव्यवस्था प्रस्थापित करून गृहात शिस्त राखणे.

३) गृहात मांडण्यात येणाऱ्या प्रस्तावांना, ठरावांना पूर्वसंमती देणे.

४) सभागृहात पुरवणी प्रश्न विचारण्यास परवानगी देणे किंवा नाकारणे. त्यांच्या भाषणाची वेळ ठरवून देणे.

५) सभागृहात राजकीय पक्षांना बसण्याची जागा ठरवून देणे.

६) गणसंख्या अपूर्ण असेल तर सभागृहाची बैठक स्थगित करणे.

७) सभागृहात गोंधळ झाल्यास सभागृहाचे कामकाज काही काळ तहकूब ठेवणे.

८) सभागृहात एखाद्या विधेयकावर समान मते पडल्यास अध्यक्षास निर्णायक मत देण्याचा अधिकार आहे.

९) सभासदांच्या अधिकारांचे संरक्षण करणे.

१०) अध्यक्षाच्या गैरहजेरीत उपाध्यक्ष सभागृहाच्या बैठकीचे अध्यक्षस्थान स्वीकारून कामकाज चालवितो.

६) विधान परिषदेचे अधिकार व कार्ये

१) कायदेविषयक अधिकार

धनविधेयक सोडून इतर कोणतेही सामान्य विधेयक विधानपरिषदेत प्रथम मांडता येते. कोणत्याही विधेयकाला विधानपरिषदेची मान्यता आवश्यक असते. एखादे सामान्य विधेयक विधानसभेत मांडले गेले व ते संमत झाले तर संमतीसाठी विधानपरिषदेकडे पाठविले जाते. विधान परिषद त्यामध्ये तिला मान्य न होणाऱ्या दुरुस्त्या सुचविते किंवा ते फेटाळून लावते किंवा तीन महिन्यांपर्यंत संमती न देता तसेच राहू दिले तर दुसऱ्यांदा विधानसभा ते विधेयक पुन्हा मंजूर करून विधानपरिषदेकडे पाठविते. त्यावेळी पुन्हा विधानपरिषदेने त्यात दुरुस्त्या सुचविल्या किंवा ते फेटाळून लावले किंवा एक महिन्यांपर्यंत तसेच राहू दिले तर यावेळी पुन्हा विधान परिषदेच्या मान्यतेची आवश्यकता नसते.

विधान परिषदेला सामान्य विधेयक चार महिने राखून ठेवण्याचा अधिकार आहे. एवढेच मर्यादित अधिकार विधान परिषदेला आहेत.

विधानसभा आणि विधानपरिषद यामध्ये एखाद्या विधेयकाबाबत मतभेद झाल्यास संयुक्त अधिवेशन बोलावण्याची घटनेत तरतूद नाही.

२) प्रशासकीय अधिकार

१) मंत्र्यांना प्रश्न, उपप्रश्न विचारणे.

२) तहकुबी ठराव, स्थगन प्रस्ताव यासारख्या उपायांनी मंत्रिमंडळावर नियंत्रण ठेवणे.

३) अविश्वासाचा ठराव मंजूर करून मंत्रिमंडळास राजीनामा देण्यास भाग पाडण्याचा अधिकार विधानपरिषदेस नाही; कारण मंत्रिमंडळ सामूहिकरीत्या विधानसभेला जबाबदार असते, विधानपरिषदेला नाही.

३) आर्थिक अधिकार

१) अर्थविधेयक हे प्रथम विधानसभेत मांडले जाते, विधानपरिषदेत मांडले जात नाही.

२) विधानसभेने संमत केलेल्या अर्थविधेयकाला १४ दिवसांच्या आत शिफारशीसह किंवा शिफारशीशिवाय मंजूर करून विधानपरिषदेला पाठवावे लागते. अन्यथा ते दोन्ही सभागृहांना मंजूर आहे असे समजले जाते.

३) अर्थविधेयकाबाबात दुरुस्ती सुचविण्याचा अधिकार विधानपरिषदेस असला तरी त्या दुरुस्त्या मान्य करणे किंवा फेटाळून लावणे हा अधिकार विधानसभेला आहे.

सारांश – अशाप्रकारे घटकराज्यपातळीवर विधिमंडळाची रचना, अधिकार व कार्ये असतात. विधानपरिषदेच्या तुलनेत विधानसभेला जास्त अधिकार आहेत.

कायदा निर्मिती प्रक्रिया

धन विधेयक सोडून इतर कोणतेही विधेयक पहिल्यांदा विधानपरिषदेत मांडता येते. विधेयकाला दोन्ही सभागृहांची संमती आवश्यक असते.

विधेयकाचे सर्वसाधारणपणे दोन प्रकार पडतात.

१) सरकारी (शासकीय) विधेयक म्हणजे शासकीय मंत्र्याने मांडलेले विधेयक.

२) बिनसरकारी विधेयक म्हणजे गृहातील एखाद्या सदस्याने मांडलेले विधेयक.

विधिमंडळात विधेयकाचे कायद्यात रूपांतर होताना विधेयकाला पुढील अवस्थांतून जावे लागते.

१) विधेयकाची निर्मिती २) विधेयकाची मांडणी ३) प्रथम गृहात विधेयकाची तीन वाचने ४) द्वितीय गृहात विधेयकाची तीन वाचने ५) विधेयकास राज्यपालाची संमती

१) विधेयकाची निर्मिती

विधेयकाचा मसुदा संबंधित खात्याच्या मंत्र्याकडून अत्यंत काळजीपूर्वक तयार केला जातो. संबंधित खात्याच्या मंत्र्याच्या नियंत्रणाखाली अनुभवी व तज्ज्ञ अधिकाऱ्यांकडून विधेयकाचा मसुदा तयार केला जातो. विधेयकाची रचना व शब्दयोजना, अचूक, योग्य व स्पष्ट असते.

२) विधेयकाची मांडणी

सर्वसाधारण विधेयक कोणत्याही गृहात प्रथम मांडले जाते. अर्थविधेयक मात्र प्रथम विधानसभेतच मांडले जाते. विधेयक मांडण्यासाठी अध्यक्षांची एक महिना अगोदर परवानगी घ्यावी लागते. संबंधित खात्याचा मंत्री विधेयक ठरलेल्या तारखेला गृहाकडे मांडतो.

३) प्रथम गृहात विधेयकाची तीन वाचने

प्रथम गृहात विधेयकावर पुढील तीन वाचने होतात.

१) प्रथम वाचन :– पहिल्या वाचनाच्या वेळी संबंधित मंत्री सदस्यांना विधेयकाचा हेतू व स्वरूप समजावून देतो. यावेळी विधेयकावर सर्वसाधारण चर्चा होऊन दुसऱ्या वाचनाची तारीख व वेळ निश्चित केली जाते.

२) द्वितीय वाचन :– दुसऱ्या वाचनाच्या वेळी संबंधित मंत्री विधेयकाची आवश्यकता गृहाला पटवून देतो. यावेळी पुढीलपैकी एक मार्ग स्वीकारण्यासंबंधी सुचविले जाते.

अ) विधेयकावर कलमवार चर्चा घडवून आणावी.

आ) विधेयक चिकित्सा (प्रवर) समितीकडे सोपवावे.

इ) विधेयक दोन्ही गृहांच्या सदस्यांच्या संयुक्त समितीकडे पाठवावे.

ई) लोकमत अजमावण्यास ते विधेयक जनतेपुढे ठेवावे.

विधेयक चिकित्सा समितीकडे किंवा संयुक्त समितीकडे सोपविले तर त्या समितीकडून विधेयकावर चर्चा होते, त्यामध्ये दुरुस्त्या सुचविल्या जातात. विधेयक जनतेपुढे ठेवायचे असेल तर ते शासकीय गॅझेटमध्ये प्रकाशित करावे लागते. विशिष्ट मुदतीत राज्यातील संस्था, संघटना, व्यक्ती यांच्याकडून त्या विधेयकासंबंधी विचार, मते गृहाकडे येतात.

चिकित्सा समितीचा अहवाल गृहाकडे आल्यानंतर विधेयकावर कलमवार चर्चा होते. समितीने सुचविलेल्या दुरुस्त्यांवर विचार होऊन त्या स्वीकारण्याबाबत निर्णय होतो. याच वेळी विधेयकाच्या तिसऱ्या वाचनाची तारीख ठरली जाते.

३) तृतीय वाचन :– तिसऱ्या वाचनाच्या वेळी विधेयक मतदानासाठी टाकले जाते. अवाजवी मतदानाने किंवा लेखी मतदानाने विधेयक मंजूर किंवा नामंजूर होते.

४) द्वितीय गृहात विधेयकाची तीन वाचने :– प्रथम गृहात विधेयकावर ज्या प्रकारे चर्चा, विचारविनिमय, तीन वाचने, समिती अवस्था अशा प्रक्रिया घडून येतात तशाच प्रक्रिया दुसऱ्या गृहात घडून येतात. विधान परिषदेत तीन वाचने होऊन पुढीलपैकी एका मार्गाचा स्वीकार केला जातो.

१) विधानसभेने मंजूर केलेले विधेयक त्याच स्थितीत मंजूर करणे. २) विधानसभेने मंजूर केलेले विधेयक फेटाळून लावणे. ३) विधानसभेने मंजूर केलेल्या विधेयकात दुरुस्त्या, सूचना, शिफारशी करणे.

विधानपरिषदेने विधेयक मंजूर केले तर ते विधेयक दोन्ही गृहांनी मंजूर केले असे समजले जाते व मंजुरीसाठी राज्यपालाकडे पाठवले जाते. विधानपरिषदेने त्या

विधेयकांसंबंधी दुरुस्त्या सुचविल्या असतील तर विधानसभा त्या दुरुस्त्या, शिफारशी स्वीकारते किंवा न स्वीकारता ते विधेयक दुसऱ्यावेळी मंजूर करते. विधानपरिषदेने विधेयक फेटाळले असेल तर विधानसभा ते विधेयक दुसऱ्यावेळी मंजूर करून विधानपरिषदेकडे पाठविते. अशावेळी विधानपरिषदेने ते मान्य केले किंवा अमान्य केले तरीही ते विधेयक दोन्ही गृहांनी संमत केले असे समजून राज्यपालाच्या संमतीसाठी पाठविले जाते.

५) विधेयकास राज्यपालाची संमती :– राज्यपालाकडे आलेले विधेयक त्यानी मंजूर केले तर त्याचे कायद्यात रूपांतर होते. परंतु, विधेयक फेरविचारासाठी पाठविण्याचा किंवा नाकारण्याचा अधिकार राज्यपालास आहे. पुन्हा विधिमंडळाच्या दोन्ही सभागृहांनी ते विधेयक मंजूर करून संमतीसाठी राज्यपालाकडे पाठविल्यास त्यास संमती देणे राज्यपालावर बंधनकारक असते. काही महत्त्वाची विधेयके राज्यपाल राष्ट्रपतींच्या मंजुरीसाठी राखून ठेवू शकतो. अशा विधेयकांना राष्ट्रपतींची संमती मिळाल्यावर त्याचे कायद्यात रूपांतर होते.

अशाप्रकारे घटकराज्यपातळीवर कायदा निर्मिती प्रक्रिया घडते.

ब) राज्य कार्यकारी मंडळ

राज्यपाल

राज्यपाल हे पद संसदीय व्यवस्थेप्रमाणे घटकराज्यांसाठी असते. प्रत्येक घटकराज्याला एक राज्यपाल असतो. राज्यपालांची निवड राष्ट्रपतींकडून केली जाते. राज्यपाल हे पद घटनात्मक आहे. राज्यपाल कार्यकारी मंडळाचे घटनात्मक प्रमुख असतात. राज्यपाल हे पद घटनात्मक असले तरी हे पद नामधारी आहे.

घटक राज्यांच्या राज्यपालांची नियुक्ती करण्याची तरतूद राज्यघटनेच्या ७ व्या भागात १५३ व्या कलमात करण्यात आली आहे. राज्यपालांची भूमिका, पात्रतेच्या अटी, नेमणूक यांची सविस्तर चर्चा पुढील प्रमाणे करता येते.

१) पात्रतेच्या अटी

१) तो भारताचा नागरिक असावा.
२) वयाची ३५ वर्षे पूर्ण झालेली असावीत.
३) संसदेने वेळोवेळी मान्य केलेल्या अटी त्याने पूर्ण केलेल्या असाव्यात.
४) शासनाच्या कोणत्याही अधिकार पदावरती ती व्यक्ती नसावी.
५) केंद्र व घटक राज्याच्या नोकरीत आर्थिक पद भूषविणारी नसावी.

२) कार्यकाल

राज्यापालांचा सर्वसाधारण कार्यकाल ५ वर्षांचा आहे. परंतु, तत्पूर्वी राष्ट्रपती

त्यांना पदमुक्त करू शकतात. तसेच त्यांना राष्ट्रपती मुदत वाढही देऊ शकतात. उदा. महाराष्ट्राचे राज्यपाल पी. सी. अलेक्झांडर यांची मुदत संपल्यानंतरही त्यांच्या मुदतीत वाढ करण्यात आली होती.

३) राज्यपालांची कार्ये, अधिकार व भूमिका

भारतीय राज्यघटनेनुसार राज्यपाल घटनात्मक प्रमुख आहे. घटनात्मक प्रमुख या नात्याने त्यांना पुढीलप्रमाणे अधिकार दिले आहेत.

१) शासन विषयक अधिकार

राज्याची कार्यकारी सत्ता राज्यपालांना देण्यात आली आहे. राज्याचा कारभार राज्यपालांच्या नावे चालतो. राज्यपालांना मदत करण्यासाठी मुख्यमंत्र्यांच्या नेतृत्वाखाली एक मंत्रिमंडळ असेल अशी तरतूद करण्यात आली आहे. परंतु, ती तरतूद नामधारी आहे ज्या पक्षास बहुमत मिळालेले असते अशा बहुमत प्राप्त पक्षाच्या नेत्यास राज्यपाल मुख्यमंत्री म्हणून घोषित करतात म्हणजेच मुख्यमंत्रीपदी बहुमत प्राप्त पक्षाच्या नेत्यास शपथ देण्याचा अधिकार राज्यपालांना आहे. मुख्यमंत्र्याची व त्यांच्या सल्ल्याने इतर मंत्र्याची नेमणूक राज्यपाल करतो.

राज्याच्या ॲडव्होकट जनरलची नियुक्ती राज्यपाल करतो याशिवाय राज्य लोकसेवा आयोगाचे अध्यक्ष, सदस्य यांची नेमणूक राज्यपाल करतात. राज्याच्या उच्च न्यायालयाच्या न्यायाधिशांची नेमणूक करताना राष्ट्रपती त्यांचा सल्ला घेत असतो.

२) कायदेविषयक अधिकार

राज्य विधिमंडळाचा राज्यपाल हा एक अविभाज्य भाग समजला जातो. विधिमंडळाने मंजूर केलेल्या विधेयकावर राज्यपालांची स्वाक्षरी होत नाही तोपर्यंत विधेयकाचे रूपांतर कायद्यात होत नाही. स्वाक्षरी करण्याचे राज्यपाल टाळू शकतात. याशिवाय राज्यपालांना कायदेविषयक क्षेत्रातील पुढील अधिकार मिळाले आहेत.

१) ज्या राज्याचे विधिमंडळ द्विगृही आहे त्या राज्यातील विधान परिषदेवर काही सभासद तो नियुक्त करू शकतो.

२) अँग्लो इंडियन समाजाला पुरेसे प्रतिनिधित्व मिळाले नाही असे वाटल्यास विधानसभेवर त्यांचा एक प्रतिनिधी तो नियुक्त करू शकतो.

३) विधिमंडळाच्या कोणत्याही सभागृहाच्या विचारासाठी तो लेखी संदेश पाठवू शकतो.

४) विधिमंडळाची बैठक बोलावणे, तहकूब करणे हे अधिकार राज्यपालांना दिले आहेत.

वटहुकूम काढण्याचा अधिकार राज्यपालांना आहे. विधिमंडळाची बैठक चालू नसेल अशा वेळी राज्यपाल गरज वाटल्यास वटहुकूम काढू शकतात. वटहुकूमाचा दर्जा विधिमंडळाने मंजूर केलेल्या कायद्यासमान असतो. विधिमंडळाचे अधिवेशन सुरू झाल्यापासून ६ महिन्यांपर्यंत हा ठराव अमलात राहतो. या कालावधीत विधिमंडळाने मान्यता दिल्यास हा ठराव कायमस्वरूपी चालू राहतो. राज्य कायदेमंडळाने मान्यता दिली नाही तर हा वटहुकूम रद्द होतो. हे अधिकार राज्यपालांना दिले आहेत.

३) अर्थविषयक अधिकार

राज्यपालांच्या पूर्वसंमतीशिवाय कोणतेही विधेयक विधिमंडळात मांडले जाऊ शकत नाही. आर्थिक वर्षाच्या प्रारंभी राज्याचे अंदाजपत्रक त्यांच्या संमतीने विधिमंडळासमोर मांडले जाते. अर्थविधेयक एकदा विधिमंडळाने मान्य केल्यावर मात्र राज्यपाल संमती नाकारू शकत नाही. अनपेक्षित खर्च निधी राज्यपालांच्या ताब्यात असतो. अनपेक्षितपणे निर्माण झालेल्या परिस्थितीला सामोरे जाण्यासाठी राज्यपाल त्यातून रक्कम मंजूर करू शकतो. या खर्चाला पुढे कायदेमंडळाची मान्यता घ्यावी लागते.

७३ व्या व ७४ व्या घटना दुरुस्तीने राज्यपालांच्या आर्थिक अधिकारांमध्ये वाढ करण्यात आली आहे. राज्यपाल अनुदान व करविषयक अनुदानासाठी राज्य वित्त आयोगाकडे शिफारस करतात.

४) आणीबाणीविषयक अधिकार

राज्यपाल घटकराज्यांमध्ये ३५६ व्या कलमानुसार घटकराज्य आणीबाणी (राष्ट्रपती राजवट) लागू करण्याची शिफारस करू शकतात. घटकराज्य आणीबाणी दरम्यान संपूर्ण कार्यकारी अधिकारांचे केंद्रीकरण राज्यपालांकडे होते.

५) न्यायविषयक अधिकार

एखाद्या आरोपीची शिक्षा कमी करण्याचा अधिकार राज्यपालांना आहे. तसेच संबंधित घटकराज्यातील उच्च न्यायालयाच्या न्यायाधीशांची नियुक्ती करताना राष्ट्रपती राज्यपालांचा सल्ला विचारात घेतात. जिल्हा न्यायाधीशांना बढती देण्याचा अधिकार राज्यपालांना आहे.

६) विवेकाधीन अधिकार

भारतीय राज्यघटनेने राज्यपालांना काही स्वविवेकाधीन अधिकार दिलेले आहेत. घटकराज्यांमध्ये घटनात्मक प्रमुख म्हणून काम करीत असताना राज्यपाल स्वतःच्या विवेकबुद्धीचा वापर करून निर्णय घेऊ शकतो. उदा. घटक राज्यामध्ये कायदा व

सुव्यवस्था धोक्यात आली आहे असा अहवाल राज्यपाल राष्ट्रपतींना देऊन राष्ट्रपती राजवटीची शिफारस करू शकतात. राज्याच्या कायदेमंडळाने संमत केलेले एखादे विधेयक राज्यपाल राष्ट्रपतींच्या विचारासाठी राखीव ठेवू शकतात. राज्यपाल मुख्यमंत्र्यांकडून प्रशासकीय गोष्टीसंबंधीची माहिती घेऊ शकतात. तसेच विधानसभेमध्ये सार्वत्रिक निवडणुकीनंतर कोणत्याच राजकीय पक्षाला स्पष्ट बहुमत मिळाले नसल्यास कोणत्या राजकीय पक्षाला पहिल्यांदा सरकार बनविण्याची संधी देण्याचा महत्त्वपूर्ण निर्णय राज्यपाल स्वतः घेतात. मंत्रिमंडळाने सभागृहातील विश्वास संपुष्टात आणला असल्यास त्याला बडतर्फ करणे. अशा प्रकारचे विवेकाधीन अधिकार राज्यपालांना आहेत.

राज्यपाल हा घटक राज्यामध्ये घटनात्मक प्रमुख म्हणून कार्य करतो. घटनेने राज्यपातळीवरील सर्व अधिकार राज्यपालांना दिले आहे. प्रत्यक्ष मुख्यमंत्री व मंत्रिमंडळ हे अधिकार वापरतात. केंद्र व राज्य यांच्यामधील दुवा म्हणून राज्यपालांनी कार्य करावे अशी घटनाकारांची अपेक्षा असल्याने त्यांनी या पदाची निर्मिती केली. परंतु, गेल्या ६० वर्षांतील भारताच्या शासनव्यवहारामध्ये राज्यपालाने आपल्या घटनात्मक अधिकारांनुसार वर्तन करण्याऐवजी केंद्राचा हस्तक म्हणूनच कार्य केलेले दिसते. त्यामुळे राज्यपालांची भूमिका सतत वादग्रस्त ठरली आहे. असे असले तरीसुद्धा घटकराज्यपातळीवरील घटनात्मक प्रमुख म्हणून त्यांची भूमिका महत्त्वाची आहे.

मुख्यमंत्री – अधिकार, कार्ये व भूमिका

केंद्राप्रमाणेच घटकराज्यात देखील संसदीय व्यवस्थेचा पुरस्कार केला आहे. मुख्यमंत्री वास्तव प्रमुख म्हणून काम करतो. मुख्यमंत्री हा त्यांचे मंत्रिमंडळ नेमतो. मुख्यमंत्री व मंत्रिमंडळ सल्ला देतील त्याप्रमाणे राज्यपाल राज्याचा कारभार पहात असतात. त्यामुळे मुख्यमंत्री हे पद घटक राज्यांच्या व एकूण भारताच्या राजकारणात महत्त्वाचे मानले जाते. मुख्यमंत्र्याची निवडप्रक्रिया पात्रतेच्या अटी, त्यांची सत्ता व कार्ये पुढील प्रमाणे आहेत.

१) **मुख्यमंत्र्याच्या पात्रतेच्या अटी**

   १) तो भारताचा नागरिक असावा.

   २) त्याने वयाची २५ वर्षे पूर्ण केलेली असावीत.

   ३) राज्याच्या विधानसभेने वेळोवेळी मान्य केलेल्या अटी त्याने पूर्ण केलेल्या असाव्यात.

   ४) कोणत्याही आर्थिक व फायद्याच्या पदावरती ती व्यक्ती नसावी.

२) **कार्यकाल**

मुख्यमंत्री हे पद बहुमतावरती आधारलेले आहे. विधानसभेत जोपर्यंत बहुमत असते तोपर्यंत मुख्यमंत्री पदावरती राहू शकतात. बहुमत नसेल तर मुख्यमंत्र्यांना आपल्या पदावर राहता येत नाही.

३) **निवडप्रक्रिया**

सार्वत्रिक निवडणुकांत ज्या पक्षास बहुमत मिळते. त्या पक्षाचा प्रथम नेता निश्चित केला जातो. पक्षाचा नेता राज्यपालांकडे मंत्रिमंडळ स्थापन करण्याचा दावा करतो; जर पक्षाच्या नेत्याच्या पाठीशी बहुमत असेल तर राज्यपाल त्याला मुख्यमंत्री पदाची शपथ देतात.

४) **मुख्यमंत्र्याचे अधिकार, सत्ता, कार्ये व भूमिका**

१) **विधिमंडळाचा नेता**

मुख्यमंत्री हे घटक राज्याच्या विधिमंडळाचा नेता म्हणून महत्त्वाची भूमिका पार पाडतात. विधिमंडळाचे अधिवेशन बोलवणे, कामकाजाचे वेळापत्रक ठरविणे, अधिवेशन स्थगित अथवा बरखास्त करणे इ. बाबतीत सभापती विरोधी पक्षनेते यांना विश्वासात घेऊन कार्ये करावी लागतात.

२) **सत्तारूढ पक्षाचा नेता**

पक्षाचे धोरण ठरविणे, कार्यक्रम आखणे, कार्यवाहीसाठी पक्षयंत्रणा राबविणे, पक्षांच्या आदेशानुसार कायदे करून त्यांची अमंलबजावणी करणे, संसदीय आदेशानुसार कायदे करून त्यांची अंमलबजावणी करणे, संसदीय व संसदेत्तर गटात समन्वय करणे, घटकराज्य व प्रादेशिक पातळीवर पक्षाच्या अध्यक्षांशी समन्वय ठेवणे. ही कार्ये सत्तारूढ पक्षाचा नेता म्हणून मुख्यमंत्री करतात.

३) **राज्यपाल व मंत्रिमंडळ यामधील दुवा**

राज्यपाल हे घटकराज्याचे घटनात्मक प्रमुख असतात तर मुख्यमंत्री वास्तव प्रमुख या नात्याने काम करित असतात. मंत्रिमंडळ, विधिमंडळ, सत्तारूढ पक्ष यांचा राज्यपालांशी मुख्यमंत्र्याच्याद्वारा संबंध येत असतो. मुख्यमंत्री हा राज्यपाल व मंत्रिमंडळ यामधील दुवा म्हणून महत्त्वाचे कार्य करित असतो.

४) **केंद्र व घटकराज्य यामधील दुवा**

भारतात संघराज्य पद्धती असल्याने देशाचे पंतप्रधान आणि घटकराज्याचे मुख्यमंत्री यांचा सतत संपर्क असतो. घटक राज्यांच्या मागण्या केंद्राकडे पोचवणे, आखलेल्या

कार्यक्रमांना केंद्राकडून मंजुरी मिळविणे, आर्थिक मदत मिळविणे इ. बाबतीत मुख्यमंत्र्यांना महत्त्वाची जबाबदारी पार पाडावी लागते. राष्ट्रीय विकास महामंडळे ही केंद्र व घटक राज्य यांना एकत्र आणणारी यंत्रणा होय. या यंत्रणेत मुख्यमंत्री घटक राज्यांचे प्रतिनिधित्व करीत असतात. केंद्र व घटकराज्य यांना जोडणारा/साधणारा मुख्यमंत्री हा महत्त्वाचा दुवा आहे.

५) जनतेचा नेता

जनतेच्या इच्छा, मागण्या यांना धोरणात समाविष्ट करण्याचे कार्य मुख्यमंत्र्यांना करावे लागते. जनतेला वारंवार विश्वासात घ्यावे लागते. वृत्तपत्रे, संभाषणे, संमेलने इ. द्वारा सरकारी धोरण स्पष्ट करावे लागते. मोर्चे, निर्दशनाद्वारा जनतेचे गाऱ्हाणे समजून घ्यावे लागते. लोकप्रिय मुख्यमंत्री लोकमतांच्या पाठिंब्याच्या जोरावर विधिमंडळ व प्रशासन यांच्यावर दबाव ठेवू शकतात.

६) मुख्यमंत्र्यांचा घटनात्मक अधिकार

मुख्यमंत्री राज्याच्या विधी मंडळाचे म्हणजेच विधानसभेचे प्रमुख असतात; या नात्याने त्यांना विधिविषयक, अर्थविषयक, घटनादुरुस्तीविषयक अशी घटनात्मक कार्ये करावी लागतात. हा अधिकार मुख्यमंत्र्यांना घटनेनेच दिलेला आहे.

मुख्यमंत्री हे पद प्रामुख्याने राज्याचा संसदीय कारभार पाहणारे आहे. मुख्यमंत्र्यांना बहुमत प्राप्त करावे लागते. बहुमत प्राप्त केल्यानंतर ते मंत्रिमंडळ तयार करतात, आणि यानंतर मुख्यमंत्री शासनाची कार्यकारी धोरणे, विधीविषयक धोरणे, प्रशासनविषयक धोरणे राबवितात.

मंत्रिमंडळ

राज्यपातळीवरील कार्यकारणीचा वास्तविक घटक मंत्रिमंडळ हा आहे. मंत्रिमंडळाची रचना पुढीलप्रमाणे केली जाते.

मंत्रिमंडळाची रचना
↓
मुख्यमंत्री
↓
कॅबिनेट मंत्री
↓
राज्यमंत्री
↓
उपराज्यमंत्री
↓
सचिव
↓
उपसचिव

१) रचना

१) मुख्यमंत्री

मुख्यमंत्री हे मंत्रिमंडळाचे प्रमुख असतात. मंत्रिमंडळाच्या रचनेमधील मुख्यमंत्र्याचे स्थान सर्वांत वरचे असते. म्हणजेच खालील सर्व मंत्र्यांवरती मुख्यमंत्र्याचे पूर्ण नियंत्रण असते. यामुळेच मुख्यमंत्र्याचा राजीनामा म्हणजे सर्व मंत्रिमंडळाचा राजीनामा होय. इतके महत्त्व मुख्यमंत्र्यांना असते.

२) कॅबिनेट मंत्री

मंत्रिमंडळाच्या रचनेतील कॅबिनेट मंत्री हा एक प्रकार आहे. कॅबिनेट दर्जाचा मंत्री म्हणजे मुख्यमंत्र्या नंतरचा त्या मंत्र्यास दर्जा असतो. कॅबिनेटच्या बैठकीस केवळ कॅबिनेट मंत्रीच उपस्थित राहतात. या बैठकीला राज्यमंत्र्यांना उपस्थित राहता येत नाही. कॅबिनेट मंत्रिमंडळामध्ये घेतलेला निर्णय अत्यंत महत्त्वाचा व गोपनीय समजला जातो. हा निर्णय बाहेर जाहीर केल्यास त्यांना तक्रार झाल्यास मंत्रिमंडळातून बडतर्फ केले जाते.

३) राज्यमंत्री

या मंत्र्यांचा दर्जा कॅबिनेट मंत्र्याच्या खालील असतो. कॅबिनेट दर्जाच्या बैठकीला उपस्थित राहता येत नाही. यामुळे या पदाचा दर्जा कनिष्ठ मानला जातो.

४) उपराज्यमंत्री

राज्यमंत्र्याकडे कामाचा भार जास्त असेल तर उपराज्यमंत्री नेमले जातात. उपराज्य मंत्र्यांचा दर्जा राज्यमंत्रिमंडळाच्या खालील असतो.

५) सचिव व उपसचिव

सचिव आणि उपसचिव ही एक मंत्रिमंडळातील रचना आहे. प्रत्येक मंत्र्याला त्याच्या खात्याचा कारभार पाहण्यासाठी एक सचिव दिला जातो; जर खात्याचा कारभार मोठा असेल तर त्या खात्यास उपसचिव दिला जातो. उपसचिव आणि सचिव हे जनतेचे प्रतिनिधी नसतात. ते शासनाचे कायमस्वरूपी अधिकारी असतात. त्या खात्याचा कारभार स्थिर रहावा. त्या खात्यात अस्थिरता निर्माण होऊ नये म्हणून सचिव काम करत असतात. म्हणजेच थोडक्यात मंत्री बदलले तरी सचिव बदलत नाहीत अशी मंत्रिमंडळाची रचना असते.

मंत्रिमंडळाची वैशिष्ट्ये

१) संयुक्त जबाबदारीचे तत्त्व : मुख्यमंत्री आपल्या सर्व मंत्र्यांसह

सामुदायिकरीत्या विधानसभेला जबाबदार राहतो. विधानसभेचा विश्वास असेपर्यंत मंत्रिमंडळ अधिकारपदावर राहून कार्य करू शकते. परंतु, विधानसभेत मंत्रिमंडळाविरुद्ध अविश्वासाचा ठराव मंजूर झाला तर मुख्यमंत्र्यांना आपल्या पदाचा राजीनामा द्यावा लागतो, मुख्यमंत्र्यांचा राजीनामा हा संपूर्ण मंत्रिमंडळाचा राजीनामा समजला जातो. मुख्यमंत्री आपल्या सर्व मंत्र्यांना विश्वासात घेऊन कार्य करीत असतो. मुख्यमंत्री वेळोवेळी मंत्रिपरिषदा घेऊन निर्णय घेत असतो. कोणतेही धोरण ठरवायचे असो किंवा निर्णय घ्यावयाचा असो तो मंत्रिमंडळाच्या बैठकीपुढे आपले मत मांडून सर्व मंत्र्यांचा विश्वास व पाठिंबा मिळवितो. मुख्यमंत्री सातत्याने सर्व मंत्र्यांत ऐक्य प्रस्थापित करून संयुक्तरीत्या विधानसभेला जबाबदार राहतो. काही वेळा मंत्री व मुख्यमंत्री या दोहोंत संघर्ष निर्माण होऊन संयुक्त जबाबदारीला तडा जाण्याचा संभव असतो. अशावेळी मुख्यमंत्री त्या मंत्र्याला राजीनामा देण्यास सांगतो. मुख्यमंत्र्याला सर्व मंत्र्यांना विश्वासात घेऊन निर्णय घ्यावे लागतात.

२) गोपनीयता : गोपनीयता हे मंत्रिमंडळाचे एक महत्त्वाचे वैशिष्ट्य मानले जाते. राज्याच्या हिताच्या दृष्टीने मंत्रिमंडळाच्या कार्यात गुप्तता बाळगणे आवश्यक असते. मंत्रिमंडळात एकजिनसीपणा टिकविण्यासाठी गुप्ततेची आवश्यकता असते. मंत्रिमंडळाच्या बैठकीत घेतलेले निर्णय गुप्त ठेवावे लागतात. मंत्री अधिकारपद स्वीकारताना गुप्ततेची शपथ घेतात. गुप्तता राखून मंत्र्यांनी मंत्रिपरिषदेत झालेले निर्णय गुप्त ठेवले पाहिजेत. मंत्रिमंडळातून बाहेर पडलेले मंत्री गुप्ततेच्या शपथेशी एकनिष्ठ राहतात.

३) एकजिनसीपणा : मंत्रिमंडळातील सर्व मंत्र्यांत ऐक्य व एकजिनसीपणा टिकविणे महत्त्वाचे असते; कारण मंत्रिमंडळाच्या बैठकीत मंत्र्यांमध्ये मतभेद होण्याचा संभव असतो. मुख्यमंत्री, मंत्रिपरिषदेचा अध्यक्ष या नात्याने त्यांच्यात ऐक्य निर्माण करण्याचा प्रयत्न करीत असतो. सर्व मंत्र्यांत राजकीय धोरणाबाबत एकसूत्रीपणा निर्माण करणे आवश्यक असते. स्थिर राज्यकारभार निर्माण करण्यासाठी मंत्र्यांनी मतभेद विसरून मुख्यमंत्र्यांना सहकार्य देणे आवश्यक असते.

४) एकनेतृत्व : मंत्रिमंडळ हे बहुमत प्राप्त झालेल्या एकाच राजकीय पक्षाचे असते. त्या राजकीय पक्षाचा नेता म्हणून मुख्यमंत्री कार्य करीत असतो. सर्व मंत्री मुख्यमंत्र्याचे नेतृत्व मान्य करून त्यांना पाठिंबा देतात. एकनेतृत्वाच्या पद्धतीमुळे मुख्यमंत्री सर्व मंत्र्यांना विश्वासात घेऊन स्थिर व कार्यक्षम सरकार प्रस्थापित करीत असतो. मंत्र्यांनी दिलेल्या निर्णयाबाबत एकमत निर्माण करणे आणि स्थिर शासन प्रस्थापित करणे हे मुख्यमंत्र्याचे महत्त्वाचे कार्य मानले जाते.

मंत्रिमंडळाचे अधिकार, कार्ये व भूमिका

राज्य मंत्रिमंडळ संसदीय शासनपद्धतीचे असल्यामुळे राज्यपाल हा नामधारी प्रमुख असतो आणि वास्तववादी सत्ताप्रमुख मुख्यमंत्री असतो. त्यामुळे मुख्यमंत्री व मंत्रिमंडळ यांच्यामार्फत राज्यकारभार चालतो. राज्यपाल घटनात्मक प्रमुख असला तरी प्रत्यक्षात त्याचे सर्व अधिकार मुख्यमंत्रीच वापरीत असतो. सामान्यतः मंत्रिमंडळाला पुढील कार्ये पार पाडावी लागतात.

१) धोरण निर्मिती

शासनाचे धोरण ठरविणे किंवा धोरणाची निमिर्ती करणे हे मंत्रिमंडळाचे प्रमुख कार्य आहे. राज्याच्या सर्वांगीण विकासासाठी शासनसंस्थेला कोणती उद्दिष्टे गाठावयाची आहेत हे ठरविण्याचे कार्य मंत्रिमंडळाला करावे लागते. तसेच ठरविलेली उद्दिष्ट्ये, योजना कोणत्या मार्गाने वाटचाल करून यशस्वी होतील यासंबंधी निर्णय घेणे, त्यासंबंधी विविध उपाययोजना करणे अशी कामे मंत्रिमंडळाला करावी लागतात.

२) कायदेविषयक कार्य

विधिमंडळ कायदेनिर्मितीचे कार्य करीत असले तरी या कार्यात मंत्रिमंडळाला काही प्रमाणात जबाबदारी पार पाडावी लागते. विधिमंडळामध्ये संबंधित मंत्र्यांकडून महत्त्वाची विधेयके मांडली जातात; कारण विधिमंडळात मंत्रिमंडळाच्या पक्षाचे बहुमत असते. त्यामुळे मंत्र्यांनी मांडलेली विधेयके संमत होतात. सामान्यतः मंत्रिमंडळ आपणाला राज्यकारभार योग्य प्रकारे करता यावा आणि आपली ध्येयधोरणे यशस्वी करता यावीत या दृष्टीने आवश्यक असणारे कायदे निर्माण करून विधिमंडळाकडून त्यांना मंजुरी मिळविता येते. विधिमंडळातील नव्वद टक्के विधेयके सरकारी असतात. म्हणजेच ती मंत्रिमंडळाने तयार केलेली असतात आणि संबंधित मंत्र्यांकडून विधिमंडळात मांडली जातात. मंत्रिमंडळ कायदेमंडळाला नेहमी जबाबदार असते. विधिमंडळाच्या दोन्ही गृहांत प्रश्नोत्तराच्या तासाच्या वेळी संबंधित मंत्र्यांना त्यांच्या खात्यातील प्रश्नांची उत्तरे द्यावी लागतात. तसेच विधिमंडळात होणाऱ्या चर्चेला उत्तर देण्याचे कार्य मंत्र्याला करावे लागते.

३) अंमलबजावणीचे कार्य

मंत्रिमंडळाकडून सरकारी धोरणे आणि योजना यांची अंमलबजावणी केली जाते. मुख्यमंत्री मंत्र्यांना खाती वाटप करतो. प्रत्येक मंत्र्यावर त्यांच्या संबंधित खात्याच्या कामाची अंमलबजावणी सोपविण्यात येते. विविध खात्यांच्या कार्यात समन्वय साधून परस्परांच्या सहकार्याने प्रशासन कार्य स्थिर व यशस्वी करण्याचे कार्य मंत्रिमंडळाला

करावे लागते. प्रशासकीय कार्याच्या यशावरच मंत्रिमंडळाचे स्थैर्य व भवितव्य अवलंबून असते. विधिमंडळाने संमत केलेल्या कायद्याची योग्य प्रकारे अंमलबजावणी करणे ही महत्त्वाची जबाबदारी मंत्रिमंडळाला पार पाडावी लागते.

४) आर्थिक कार्य : अर्थखात्यामार्फत वार्षिक अंदाजपत्रक तयार केले जाते. अर्थमंत्री इतर खात्यांच्या मंत्र्यांकडून मागील खर्चाची माहिती मागवितो, तसेच पुढील खर्चासाठी लागणाऱ्या पैशासंबंधीची माहिती मागवितो. अर्थमंत्री विविध खात्यांकडून आलेल्या माहितीच्या आधारे अंदाजपत्रक तयार करतो. तसेच ते अंदाजपत्रक विधिमंडळात मांडून त्याला संमती घेतो. अंदाजपत्रक निर्माण करताना त्याविषयीची गुप्तता बाळगावी लागते. अंदाजपत्रक, आर्थिक विधेयके यांच्याविषयी जबाबदारी मंत्रिमंडळाला पार पाडावी लागते; कारण अर्थविधेयकाबाबत विधिमंडळाने अविश्वास व्यक्त केला तर मंत्रिमंडळाला राजीनामा द्यावा लागतो. संमत झालेल्या अंदाजपत्रकानुसार पैसा खर्च करण्याचे कार्य मंत्रिमंडळाला जबाबदारीने पार पाडावे लागते; कारण योग्य तितका पैसा योग्य कारणासाठी खर्च होणे आवश्यक असते.

५) नेमणुकीसंबंधीचे अधिकार : प्रशासनातील आणि राजकीय क्षेत्रातील वरिष्ठ अधिकाऱ्यांच्या नेमणुका करण्याचा अधिकार घटनेनुसार राज्यपालांना प्राप्त झालेला असला तरी प्रत्यक्षात मुख्यमंत्री व त्यांचे मंत्रिमंडळच हा अधिकार वापरते. राज्य लोकसेवा आयोगांचे अध्यक्ष व सदस्य इत्यादींच्या नेमणुका राज्यपाल मंत्रिमंडळाच्या सल्ल्यानेच करीत असतो. परंतु या नेमणुकांमध्ये मुख्यमंत्र्यांची भूमिका महत्त्वाची असते.

६) शांतता व सुव्यवस्था प्रस्थापित करणे : मंत्रिमंडळाला राज्यात कायदा, सुव्यवस्था आणि शांतता प्रस्थापित करण्याचे कार्य करावे लागते. राज्यात अशांतता निर्माण होणार नाही याविषयी मंत्रिमंडळाला दक्षता घ्यावी लागते. राज्यात कायद्याचे राज्य प्रस्थापित करण्याचे कार्य मंत्रिमंडळाला करावे लागते. राज्यात जातीय, धार्मिक, भाषिक संघर्ष निर्माण होतात, तेव्हा असे संघर्ष मिटविण्याचे आणि शांतता प्रस्थापित करण्याचे कार्य मंत्रिमंडळाला करावे लागते. जे मंत्रिमंडळ नागरिकांच्या स्वातंत्र्याची, हक्कांची हमी देते, त्यांच्या अंमलबजावणीसाठी शांतता, सुव्यवस्था प्रस्थापित करते ते सरकार स्थिर व यशस्वी होऊ शकते. अशा मंत्रिमंडळाला जनतेचा भरघोस पाठिंबा मिळू शकतो.

मुख्यमंत्री व मंत्रिमंडळ यांची भूमिका अतिशय महत्त्वाची असते. घटकराज्याचे धोरण ठरविणे व त्यांची अमंलबजावणी करण्याचे महत्त्वाचे कार्य मंत्रिमंडळाला करावे लागत असल्याने त्यांची भूमिका महत्त्वाची ठरते. मंत्रिमंडळाच्या कार्याच्या यशावरती

त्या घटकराज्याची प्रगती अवलंबून असते. याचाच अर्थ घटकराजाच्या संपूर्ण विकास प्रक्रियेमध्ये मुख्यमंत्री व मंत्रिमंडळाची भूमिका निर्णायक ठरते.

क) न्यायमंडळ

उच्च न्यायालय : रचना आणि अधिकार

भारतीय राज्यघटनेच्या २१४ ते २३१ या कलमामध्ये राज्यासाठी उच्च न्यायालयाची तरतूद केली आहे. तसेच कलम २३२ ते २३७ मध्ये दुय्यम न्यायालयाच्या तरतुदी केल्या आहेत. प्रत्येक घटक राज्यासाठी एक उच्च न्यायालयाची स्थापना करण्यात येते. अनेक राज्यांसाठी एकच उच्च न्यायालयाची स्थापना करता येते. उदा. आसाम, नागालँड, मणिपूर, मेघालय व त्रिपुरा या घटक राज्यांसाठी एकच उच्च न्यायालय आहे. भारतात सध्या २१ उच्च न्यायालये आहेत.

१) रचना

प्रत्येक न्यायालयात एक मुख्य न्यायाधीश व इतर काही न्यायाधीश असतात. उच्च न्यायालयातील न्यायाधीशांची संख्या राष्ट्रपती निश्चित करतो. लोकसंख्या व कामकाजाचे स्वरूप यावरूनही संख्या ठरविता येते. हिमाचल प्रदेशाच्या उच्च न्यायालयात तीन न्यायाधीश आहेत. उत्तर प्रदेशाच्या अलाहाबाद येथील उच्च न्यायालयात ४० न्यायाधीश आहेत.

२) न्यायाधीशांची नेमणूक

उच्च न्यायालयातील सर्व न्यायाधीशांची नेमणूक राष्ट्रपती करतो. मुख्य न्यायाधीशाची नेमणूक करताना राष्ट्रपती सर्वोच्च न्यायालयाचा सर न्यायाधीश व संबंधित घटक राज्याचा राज्यपाल यांचा सल्ला घेतो.

३) पात्रता

१) ती व्यक्ती भाारताचा नागरिक असली पाहिजे.

२) तिने भारताच्या राज्य क्षेत्रात किमान १० वर्षं न्यायिक अधिकार पदावर काम केले असावे.

३) तीने उच्च न्यायालयात किमान १० वर्षे वकिली केलेली असावी.

४) ती व्यक्ती राष्ट्रपतींच्या मते सुप्रसिद्ध कायदेपंडित असली पाहिजे.

४) कार्यकाल

उच्च न्यायालयातील न्यायाधीश आपल्या वयाची ६२ वर्षे पूर्ण होईपर्यंत पदावर राहू शकतो. सेवानिवृत्ती पूर्वी तो आपल्या पदाचा राजीनामा देऊ शकतो.

५) उच्च न्यायालयाचे अधिकार क्षेत्र

राज्यघटनेच्या तरतुदीनुसार उच्च न्यायालयाचे अधिकार क्षेत्र मुख्य ३ प्रकारांमध्ये विभागले आहे. हे अधिकार क्षेत्र पुढीलप्रमाणे आहेत.

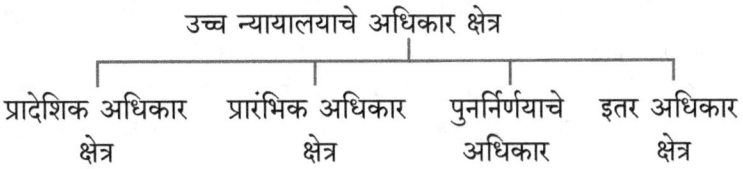

उच्च न्यायालयाचे अधिकार क्षेत्र

| प्रादेशिक अधिकार क्षेत्र | प्रारंभिक अधिकार क्षेत्र | पुनर्निर्णयाचे अधिकार | इतर अधिकार क्षेत्र |

१) प्रादेशिक अधिकार क्षेत्र

उच्च न्यायालयाचे अधिकार क्षेत्र प्रदेशापुरते मर्यादित असते. ज्या घटक राज्यासाठी उच्च न्यायालयाची स्थापना केली जाते, त्या घटक राज्याच्या क्षेत्रात होणाऱ्या खटल्याचा निर्णय उच्च न्यायालय देते. उदा. महाराष्ट्र राज्यासाठी स्थापन केलेले मुंबई उच्च न्यायालय महाराष्ट्राच्या क्षेत्रातील खटल्याचे निर्णय देते. थोडक्यात, उच्च न्यायालयाचे अधिकार क्षेत्र घटक राज्यापुरते मर्यादित असते.

२) प्रारंभिक अधिकार क्षेत्र

ज्या खटल्याचा आरंभ सुनावणी प्रथम उच्च न्यायालयात होते, त्यांना प्रारंभिक अधिकार क्षेत्र म्हटले जाते. प्रारंभिक अधिकार क्षेत्रात केवळ दिवाणी खटल्याचाच समावेश केला जातो. नागरिकांच्या मूलभूत हक्कांवर आक्रमण झाल्यास त्या संबंधीचा खटला प्रथम उच्च न्यायालयात मांडता येतो. राज्यसभा, लोकसभा, विधानपरिषद आणि विधानसभा यांच्या सदस्यांच्या निवडणुकीबाबत आव्हान देणारी याचिका उच्च न्यायालयात सादर करता येते. या अधिकारांचा समावेश प्रारंभिक अधिकार क्षेत्रात केला जातो.

३) पुनर्निर्णयाचे अधिकार क्षेत्र

घटक राज्यातील कनिष्ठ न्यायालयांनी दिलेल्या निर्णयाविरुद्ध उच्च न्यायालयात अपील करता येते. दिवाणी, फौजदारी, आयकर, महसूल, विक्रीकर या संबंधीचे खटले पुनर्निर्णयासाठी उच्च न्यायालयाकडे येऊ शकतात. उच्च न्यायालय हे घटक राज्यातील अपिलाच्या निर्णयाचे अंतिम न्यायालय समजले जाते. परंतु, काही खटल्याच्या बाबतीत पुनर्निर्णयासाठी उच्च न्यायालयाच्या निर्णयाविरुद्ध सर्वोच्च न्यायालयात अपील करता येते.

४) इतर अधिकार

राज्यातील कनिष्ठ न्यायालयांनी कोणत्या प्रकारे कार्य करावे तसेच आपले कामकाजाचे कागदपत्र कसे ठेवावेत याविषयी नियम करण्याचा अधिकार उच्च न्यायालयाला आहे. उच्च न्यायालय हे अभिलेखाचे न्यायालय आहे. उच्च न्यायालयाने दिलेल्या निर्णयाचा आधार पुन्हा तशाच प्रकारच्या खटल्यात घेतला जातो. उच्च न्यायालय कनिष्ठ न्यायालयांवर देखरेख व नियंत्रण ठेवते. उच्च न्यायालय कनिष्ठ न्यायालयाकडून माहिती व कागदपत्रे मागवून घेते हे अधिकार उच्च न्यायालयाला प्राप्त झाले आहेत.

सारांश

उच्च न्यायालय हे घटक राज्यातील महत्त्वाचे न्यायालय आहे. या न्यायालयाला प्रादेशिक क्षेत्रातील पुनर्निर्णयाचे व प्रारंभिक अधिकारक्षेत्राचे अधिकार प्राप्त झालेले आहेत. या न्यायालयाच्या विरोधात सर्वोच्च न्यायालयात अपील करता येते.

प्रकरण ६

पक्षीय व्यवस्था आणि निवडणुका

अ) पक्षीय व्यवस्थेचे बदलते स्वरूप आणि प्रकार

ब) निवडणुका, निवडणूक व्यवस्थेची मुख्य वैशिष्ट्ये आणि मतदान वर्तनांचे प्रकार किंवा नमुने

क) प्रादेशिक पक्षांचा उदय आणि त्यांची भूमिका

प्रस्तावना

राजकीय पक्ष व्यक्तींना राजकारणाशी जोडून घेतात. तसेच सत्तेमध्ये व्यक्तींना भागीदार करून घेतात. सामूहिक जागृती करणे, राजकीय कृतिप्रवणता करणे, सामूहिक कृती करणे, हितसंबंधाचे सुसूत्रीकरण करणे, अशा प्रकारची कामे राजकीय पक्ष करतात. त्यामुळेच राजकीय पक्ष म्हणजे नागरिक व राज्य यांच्यामधल्या मध्यस्थ संघटना असतात. लोकशाहीमध्ये त्यांचे महत्त्वाचे स्थान असते. नागरिकांपासून ते राज्य संस्थेपर्यंत राजकीय पक्ष लोकांच्या अपेक्षा आणि आकांक्षांचे एकत्रीकरण करतात; तर राज्यसंस्थेपासून ते नागरिकांपर्यंत धोरणांची अंमलबजावणी पक्ष करतात. राजकीय पक्षांकडून विविध कामे केली जातात. राजकीय नेतृत्वाची भरती करणे, उमेदवार देणे, उमेदवारांना निवडून आणणे, सत्ता काबीज करणे, मतदान करण्यासाठी लोकांचे संघटन करणे, सार्वजनिक वर्तुळात मुद्दे सामील करणे अशी कामे राजकीय पक्ष करतात. त्यांचे वर्गीकरण तीन गटांमध्ये करता येते.

१) सामाजिक प्रतिनिधित्व :– राजकीय पक्ष समाजाचे प्रतिनिधित्व करतात. असा पक्षांचा दावा असतो. सहाजिकच राजकीय वर्तुळात विविध सामाजिक गटांचे प्रतिनिधित्व राजकीय पक्ष करतात.

२) हितसंबंधाचे एकत्रीकरण :– समाजात विविध गट असतात. त्या गटांचे हितसंबंध वेगवेगळे असतात. राजकीय पक्ष विविध गटांच्या भिन्न हितांचा समावेश राजकीय

कार्यक्रमात करतात. विविध गटांच्या हितसंबंधाचे एकत्रीकरण पक्ष करतो. त्यामुळे पक्ष लोकांशी जोडलेले असतात.

३) सार्वजनिक धोरण :– राजकीय पक्ष सार्वजनिक धोरण ठरविण्यासाठी प्रयत्न करत असतात. राजकीय पक्ष सार्वजनिक धोरणाची घोषणा करतात. सामाजिक एकात्मता व कार्यक्रम यांचा मेळ राजकीय पक्ष घालतात. तसेच राजकारणात सहभागी होण्यासाठी पक्ष साहाय्य करतात. या राजकीय पक्षांच्या कार्यावरून असे दिसते की, राजकीय पक्ष सार्वजनिक उलाढालींच्या केंद्रस्थानी असतात. लोकांकरिता रचनात्मक राजकीय पर्याय निर्माण करतात. धोरण आखण्यापासून ते लोकांना पटेल अशा स्वरूपात मांडतात. या कारणांमुळे राजकीय पक्ष आणि सत्ता यांचे संबंध अतूट असतात. मॅक्स वेबर यांनी यामुळेच राजकीय पक्षाचे वर्णन करताना म्हटले आहे की, 'राजकीय पक्ष सत्तेच्या गढीवर मुक्कामाला असतात.'

राजकीय पक्ष ही संकल्पना पश्चिमेकडील आहे. भारतात राजकीय पक्ष ही संकल्पना पश्चिमेकडून आलेली आहे. राजकीय पक्ष ही संकल्पना पश्चिमी असली तरी या संकल्पनेची पाळेमुळे भारतीय भूमीत रुजली आहेत. राजकीय पक्षांनी त्यांचे व्यक्तित्व विकसित केले आहे. राजकीय पक्ष भारतात चळवळींमधून उदयास आले आहे. भारतातील काँग्रेस पक्ष भारतीय स्वातंत्र्य चळवळीतून उदयास आला. भारतीय रिपब्लिकन पक्ष हा दलित चळवळीतून उदयास आला. भारतात नव्वदीच्या दशकात राजकीय पक्षांमध्ये मोठ्या संख्येने वाढ झाली. एका राजकीय पक्षाच्या वर्चस्वापासून बहुपक्षीय पद्धतीकडे भारतीय राजकीय पक्ष पद्धतीमध्ये बदल झाले आहेत. ही बहुपक्षीय स्पर्धा राष्ट्रीय स्तरावर अधिक दिसते. तसेच ही बहुपक्षीय स्पर्धा दोन प्रमुख आघाड्यांमधील स्पर्धेत रूपांतरीत होत आहे. राजकीय पक्षांची संख्या वाढल्यामुळे पक्षीय व्यवस्थेचे विभाजन होते, असा दावा केला जातो. याउलट, लोकांचा कृतिशील सहभाग वाढतो असाही मुद्दा नोंदविला जातो. भारतात निवडणुकांमध्ये राजकीय पक्षाचा कृतिशील सहभाग असतो. लोक राष्ट्रीय पातळीवर कमी मतदान करतात. राष्ट्रीय पातळीच्या तुलनेत राज्यपातळीवर जास्त मतदान करतात. राज्य पातळीच्या तुलनेत स्थानिक पातळीवर मतदान करण्याचे प्रमाण जास्त असते. म्हणजे राजकीय पक्ष आणि लोकांचा संबंध व सहभाग भारतात आहे. पन्नास ते ऐंशी अशा चार दशकात पक्षाच्या सदस्यत्वामध्ये संथ गतीने वाढ होत होती. मात्र, गेल्या दशकात राजकीय पक्षाच्या सदस्यत्वामध्ये जलद गतीने वाढ झाली आहे.

भारतातील मतदार राजकीय पक्षांना मतदान करतात. ६९ टक्के मतदार प्रत्येक निवडणुकीत मतदान करतात. १९% मतदार अधिकांश निवडणुकीत मतदान करतात. तर १३% मतदार काही निवडणुकांमध्ये मतदान करतात. यावरून मतदार व राजकीय पक्ष यांचे संबंध येतात असे दिसते. भारतातील राजकीय पक्षांवर ३६ टक्के लोकांचा विश्वास आहे. तर ४५% लोकांचा राजकीय पक्षांवर विश्वास नाही. १९% लोकांना राजकीय पक्षाची माहिती नाही. लोकांची राजकीय पक्षांविषयी अविश्वासाची उच्च पातळी दिसते, असा प्रश्न का निर्माण झाला, याचे एक कारण राजकीय पक्षांवरती अति अवलंबून असणे हे आहे. निवडणुका म्हणजे राजकारण असं याचे एक समीकरण आहे. असे असूनही राजकीय पक्ष आणि व्यक्ती यांचे संबंध अन्य देशांच्या तुलनेत भारतात फार निकटचे आहेत.

अ) पक्ष व्यवस्थेचे स्वरूप आणि पक्ष व्यवस्थेचे बदलते प्रकार

काँग्रेस पक्षाच्या निर्विवाद वर्चस्वापासून बहुपक्षीय पद्धतीकडे भारतीय राजकीय पक्ष पद्धतीचे स्थित्यंतर झाले आहे. ही बहुपक्षीय स्पर्धा राष्ट्रीय स्तरावर अधिक दिसते. तसेच ही बहुपक्षीय स्पर्धा दोन प्रमुख आघाड्यांमधील स्पर्धेत रूपांतरीत होत आहे. भारतात पक्ष व्यवस्थेचे वर्णन संख्यावाचक पद्धतीने केले जाते. उदा. एक पक्ष पद्धत, द्विपक्ष पद्धत आणि बहुपक्ष पद्धत. येथे प्रश्न निर्माण होतो की पक्षांच्या बेरजेपेक्षा पक्षाकडे विविध गोष्टी आहेत. त्यांचा अभ्यास पक्ष पद्धतीत केला पाहिजे. सुहास पळशीकर आणि योगेंद्र यादव यांनी पक्षीय स्पर्धा आणि राजकीय पर्यायाचे स्वरूप या दोन घटकांच्या आधारे पक्ष व्यवस्थेच्या स्वरूपाचे प्रकार स्पष्ट केले आहेत. या पद्धतीने पक्ष व्यवस्थेचा अभ्यास केल्यास तो पक्षांच्या संख्यावाचक स्वरूपापेक्षा पुढे जातो.

१) पक्षीय स्पर्धेचे स्वरूप

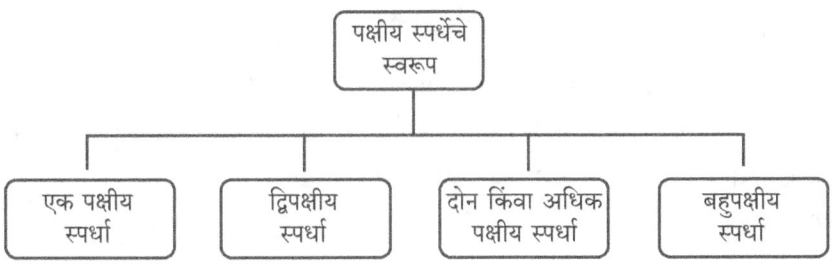

अ) एकपक्षीय स्पर्धा किंवा वर्चस्व

भारतात पन्नास व साठीच्या दशकांत एकपक्षीय स्पर्धा होती. काँग्रेस पक्षाचा निवडणुकीतील विजय या प्रकारचा होता. जागांच्या संदर्भात काँग्रेस पक्ष हा वर्चस्व असलेला पक्ष होता. मात्र, मतांच्या निकषांवर आधारित काँग्रेस पक्षाची एक पक्षीय स्पर्धा दुबळी दिसते.

ब) द्विपक्षीय स्पर्धा

या प्रकारच्या स्पर्धेत प्रमुख दोन पक्ष असतात. ते दोन पक्ष जवळजवळ सर्वच जागांसाठी एकमेकांविरुद्ध स्पर्धा करतात. थोड्या जागा सोडल्यास बाकी सर्व जागा दोन पक्षांत विभागून घेतलेल्या असतात. दोन पक्षांमधील मतांचे एकत्रीकरण पाहिल्यास दोन्ही पक्षांना सुमारे ऐंशी ते नव्वद टक्के मतदान नागरिक करतात. भारतात १९९८ पासून दोन आघाड्या भाजपप्रणीत आघाडी आणि २००४ पासून काँग्रेसप्रणीत आघाडी अशा दोन गटांमध्ये भारतीय राजकारणाचे ध्रुवीकरण करण्याचा प्रयत्न करत आहेत. राजकारण बहुध्रुवी असूनही पक्षीय स्पर्धा मात्र दोन आघाड्यांमध्ये केली जाते.

क) दोन किंवा अधिक पक्षीय स्पर्धा

या प्रकारच्या स्पर्धेत बहुपक्षीय स्पर्धा असते. त्यामध्ये मुख्य भूमिका पार पाडणारे दोन पक्ष असतात. शिवाय दुय्यम भूमिका निभावणारा एक पक्ष असतो. या स्पर्धेचे उदाहरण म्हणजे पंजाब राज्यातील पक्षीय स्पर्धा हे आहे. तिथे काँग्रेस आणि अकाली दल हे दोन पक्ष सत्तेचे प्रमुख दावेदार आहेत. तर भाजपाची दुय्यम भूमिका त्या राज्यात आहे.

ड) बहुपक्षीय स्पर्धा

या प्रकारच्या स्पर्धेत बहुपक्षीय स्पर्धा असते. त्यामध्ये मुख्य भूमिका पार पाडणारे तीन पेक्षा जास्त पक्ष असतात. तीन पेक्षा जास्त पक्ष निवडणुकीच्या स्पर्धेत असतात. प्रत्येक निवडणुकीत कोंडी तयार होते.

२) राजकीय पर्यायांच्या निवडीचे स्वरूप

भरीव पर्याय किंवा विस्तृत पर्यायांची निवड, माफक किंवा मर्यादित पर्यायांची निवड, उथळ किंवा पर्यायांच्या निवडीचा अभाव या आधारेही पक्ष व्यवस्थेचे प्रकार ठरले जातात.

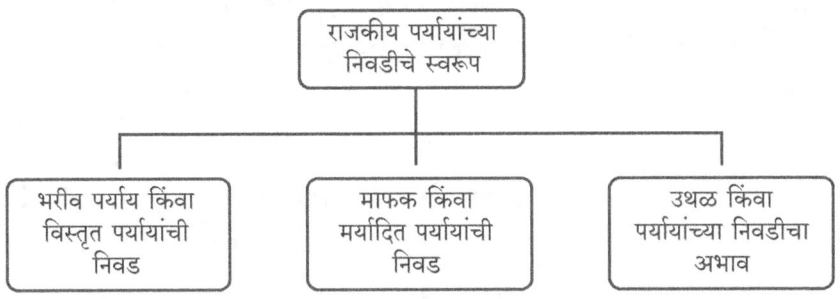

अ) भरीव पर्याय किंवा विस्तृत पर्यायांची निवड

भरीव पर्याय किंवा विस्तृत पर्यायांची निवड हा घटक राजकीय पक्ष पद्धती ठरवणारा आहे. ज्या वेळी सामान्य नागरिकांच्या जीवनावर महत्त्वांचे परिणाम घडवून आणतील असे मूलभूतपणे भिन्न धोरणांचे एकत्रित पर्याय वेगवेगळ्या पक्षांकडून पुढे केले जातात. त्यावेळी ही स्थिती येते. सामाजिक उलथापालथ मोठ्या प्रमाणवर होत असते. दीर्घकाळ परिणाम करणाऱ्या पर्यायांमधून मतदार एकाची निवड करतात.

ब) माफक किंवा मर्यादित पर्यायांची निवड

माफक किंवा मर्यादित पर्यायांची निवड हा घटक राजकीय पक्ष पद्धती ठरवणारा आहे. माफक आणि स्थैर्याचा आधार पक्ष घेतात. यामध्ये विचारप्रणालीविषयक तीव्र मतभेद टाळले जातात. व्यक्तिमत्त्वांभोवती राजकीय स्पर्धा उभी केली जाते. यावर आधारित राजकीय पक्ष व्यवस्थेचे सात प्रकार आहेत.

१) एक खांबी धुरिण व्यवस्था
२) दोन खांबांची एककेंद्राभिमुख व्यवस्था
३) बहु खांबीय परस्परसामीप्य व्यवस्था
४) स्पर्धात्मक तफावत व्यवस्था
५) एक पक्षीय वर्चस्वव्यवस्था
६) बंदिस्त एक पक्षीय व्यवस्था
७) व्यवस्थेखेरीजची स्पर्धा

क) उथळ किंवा पर्यायांच्या निवडीचा अभाव

उथळ किंवा पर्यायांच्या निवडीचा अभाव हा घटक राजकीय पक्ष पद्धती ठरवणारा आहे. बिगर लोकशाही मार्गांचा वापर केला जातो. अशा बिगर लोकशाही

मार्गांच्या मार्फत राजकीय पर्याय नाकारले जातात. यामध्ये बळाचा वापर केलेला असतो. तसेच राजकीय कायदेशीरपणाचा अभाव असतो. या शिवाय यामध्ये पक्षीय रचनांचा अभाव असतो.

भारतीय पक्षपद्धतीचे बदलते स्वरूप

गेल्या साठ वर्षांमध्ये भारतीय पक्ष पद्धती एकसारखी राहिली नाही. पक्ष पद्धतीमध्ये फेरबदल झाले. पहिल्या तीन निवडणुकांमध्ये काँग्रेस हा एकच पक्ष मुख्य होता. इतर पक्ष खूपच दुर्बल होते. त्यामुळे स्पर्धा आणि राजकीय पर्याय या दोन निकषांवर भारतीय पक्ष पद्धती ही एक पक्ष वर्चस्वाच्या स्वरूपाची होती.

१) काँग्रेस व्यवस्था किंवा वर्चस्व : भारतीय पक्षपद्धतीचे स्वरूप पाश्चिमात्य पध्दतीपेक्षा वेगळे आहे. भारताची पक्षपद्धती एकापरीने सत्तरीच्या आणि साठीच्या दशकांमध्ये स्पर्धात्मक नव्हती. सत्तरीच्या दशकापासून भारतीय पक्ष पद्धती स्पर्धात्मक दिसते. नव्वदीनंतरच्या पक्षीय स्पर्धेचे स्वरूप जास्त तीव्र झाले आहे.

काँग्रेसच्या एक पक्षीय वर्चस्वांची वैशिष्ट्ये पुढील आहेत –

१) काँग्रेस पक्षाने स्वातंत्र्य आंदोलन यशस्वीपणे चालवून स्वातंत्र्यप्राप्तीनंतर त्यांचे रूपांतर राजकीय पक्षात केले. त्यामुळे काँग्रेस पक्षाला चळवळीचा राजकीय आधार होता.

२) काँग्रेसकडे त्या काळात पंडित जवाहरलाल नेहरू यांचे नेतृत्व अत्यंत लोकप्रिय होते. त्यांचे नेतृत्व दिव्यवलयांकित स्वरूपाचे होते. त्यांनी काँग्रेसचे नेतृत्व केले. काँग्रेस पक्षांचा प्रचार केला. दुसऱ्या शब्दांत म्हणजे नेतृत्वाच्याभोवती काँग्रेस पक्षांची बांधणी झाली होती. हा मुद्दा काँग्रेस वर्चस्वाचा आधार होता.

३) काँग्रेस पक्षाचे वर्चस्व दर्शविणारा घटक निवडणुकीतील यश हा आहे; कारण १९५२ च्या निवडणुकीत काँग्रेस पक्षाने ४८९ जागांपैकी ३६४ जागा जिंकून घेतल्या होत्या. यामुळे येथूनच काँग्रेस पक्षाचे वर्चस्व निर्माण झाले. काँग्रेसला १९७७ च्या निवडणुकांचा अपवाद वगळता लोकसभेच्या सर्वाधिक जागा मिळत आल्या आहेत. इतर सर्व पक्षांच्या एकत्रित संख्येपेक्षाही काँग्रेसचे संख्याबळ मोठे ठरत आले आहे. प्रभावी आणि तोडीसतोड विरोधक असा एकही पक्ष काँग्रेसच्या जवळपासही येऊ शकलेला नाही. पक्ष या संज्ञेतच सत्तेतील सहभाग अपेक्षित आहे. जो इथल्या विरोधी पक्षांना केंद्रपातळीवर कमी मिळाला आहे.

४) भारतात काँग्रेस पक्षाचे वर्चस्व लोकशाही व्यवस्थेत घडून आले होते. निवडणुका

खुल्या आणि निःपक्ष वातावरणात होत होत्या. तेव्हा त्यामध्ये अनेक पक्षांनी सहभाग घेतला होता. या राजकीय प्रक्रियेतून काँग्रेस पक्षाने पहिल्या तीन निवडणुका जिंकून घेतल्या होत्या. यामुळे काँग्रेस पक्षाचे वर्चस्व आणि इतर देशांमधील पक्षांचे राजकीय वर्चस्व यामध्ये मूलभूत फरक आहे.

५) काँग्रेस पक्षाने वैचारिक आणि सामाजिक आघाडी स्थापन केली होती. स्वातंत्र्य कोणासाठी किंवा कशासाठी या प्रश्नाला उत्तर दिले गेले. तेव्हा लोक, जनता किंवा नागरिक अशा संज्ञा काँग्रेस पक्षाने वापरल्या होत्या. म्हणजेच कोणत्याच एका समाजाचे किंवा वर्गांचे स्वातंत्र्य नाही. लोक, जनता किंवा नागरिक या संज्ञांमधून दोन गोष्टी साध्य झाल्या. अ) समाजांतर्गत जे अंतराय होते; त्यांना बाजूला केले गेले. त्याऐवजी अखिल भारतीय समाजाची कल्पना निर्माण केली गेली. ब) नागरिक या संज्ञेतून प्रत्येक व्यक्तीला समान अधिकार मिळतील आणि आहेत हा मुद्दा पुढे आला. यामुळे काँग्रेस पक्षाला सर्वजातीगटातून आणि शहरी ग्रामीण भागातून किंवा अल्पसंख्याकांमधून पाठिंबा मिळाला.

२) विरोधी पक्षांचा उदय

पन्नास आणि साठीच्या दशकांमध्ये काँग्रेस खेरीज इतर पक्ष होते. परंतु, पहिल्या तीन निवडणुकांमध्ये विरोधी पक्ष फार प्रभावी नव्हते. त्यामुळे राजकीय स्पर्धा नव्हती. विरोधी पक्ष दबावगट म्हणून ते प्रभावीपणे कार्य करू शकले. मात्र, चौथ्या निवडणुकीपासून काँग्रेस विरोधी पक्षांची वाढ होऊ लागली. या अर्थाने पक्षपद्धती स्पर्धात्मक झाली होती; तर एका बाजूने एक अतिप्रबळ पक्ष आणि दुसऱ्या बाजूने कमकुवत इतर पक्ष-असे चित्र या देशात होते. भारतात त्यामध्ये बदल झाला. स्वातंत्र्य मिळाल्यानंतर हंगामी सरकारमध्ये डॉ. बाबासाहेब आंबेडकर आणि डॉ. श्यामाप्रसाद मुखर्जी या सारख्या विरोधी पक्षांच्या नेत्यांचा समावेश केला होता. तसेच जयप्रकाश नारायण यांना देखील सरकारमध्ये सामील व्हायचे निमंत्रण दिले होते. यामुळे आरंभी पक्ष स्पर्धा तीव्र नव्हती. मात्र, या चित्रात मोठा फेरबदल १९६७ मध्ये झाला. लोकसभेच्या ५२० जागांपैकी काँग्रेस पक्षाला २८३ जागा मिळाल्या होत्या. तर राष्ट्रीय पातळीवरील विरोधी पक्षांना १५७ जागा मिळाल्या होत्या. मतांच्या टक्केवारीत देखील फेरबदल झाला. राष्ट्रीय पातळीवरील पक्षांना ७६.१३ टक्के मते मिळाली होती. त्यापैकी काँग्रेस वगळून उरलेल्या पक्षांना ३५.३५ टक्के मते मिळाली होती. यावरून असे दिसते चौथ्या निवडणुकीत राजकीय स्पर्धा निर्माण झाली. जनतेला पक्षांचे पर्याय उपलब्ध झाले.

३) काँग्रेस व्यवस्थेचा ऱ्हास

सत्तरीच्या दशकापासून काँग्रेस व्यवस्थेचा संथपणे ऱ्हास सुरू झाला. १९९० नंतर काँग्रेस व्यवस्थेचा ऱ्हास झाला. काँग्रेस हा पक्ष अनेक पक्षांपैकी एक असे त्यांचे स्थान निर्माण झाले. हा काँग्रेस पक्षात बदल झाला. त्या बदलामुळे पक्ष पद्धतीमध्ये मोठे फेरबदल झाले. काँग्रेस-अंतर्गत स्पर्धात्मकता आणि काँग्रेस परिवाराचा उदय झाला. रजनी कोठारी यांनी आपल्या 'दि काँग्रेस सिस्टिम इन इंडिया' नामक लेखात काँग्रेस पक्षाच्या अंतर्गत विविध गटांमध्ये चालणाऱ्या स्पर्धेचे विश्लेषण केले आहे. हे १९९० नंतर काँग्रेस व्यवस्थेचे एक वैशिष्ट्य राहिले आहे. यातूनच काँग्रेस परिवारातील पक्ष अशी एक कल्पना पुढे आली. म्हणजेच काँग्रेस पक्ष फुटत गेला. त्यामधून नवीन पक्ष उदयास आले. तृणमूल काँग्रेस, मनिला काँग्रेस किंवा राष्ट्रवादी काँग्रेस अशी त्यांची उदाहरणे आहेत. पक्षांतर्गत स्पर्धात्मकता ही विभिन्न गटांमध्ये आहे. काँग्रेस पक्षातच राजकीय स्पर्धेचे आंतरीकरण (internalisation) होते व त्या पक्षांतर्गत ती स्पर्धा सुरू रहाते.

४) प्रादेशिक पक्ष

पन्नास आणि साठीच्या दशकांत राष्ट्रीय पातळीवर सर्व विरोधी पक्षांची संयुक्त आघाडी होणे आधीच खूप अवघड होते. विरोधी झाली तरी ती सत्तेवर येणे व टिकून राहाणे अधिकच अवघड होते. गैर-काँग्रेसी पक्षांची प्रतिमा काँग्रेसला आव्हान देणाऱ्या प्रतीपक्षाची किंवा पर्यायीपक्षाची असण्यापेक्षा काँग्रेसवर प्रभाव टाकणाऱ्या शक्तीची ठरली होती. विरोधी पक्षांवर मर्यादा पडूनही दबावगट म्हणून ते प्रभावीपणे कार्य करू शकले. परंतु, १९९० नंतर प्रादेशिक पक्षांचे बळ वाढले. राज्यामध्ये राष्ट्रीय पातळीवरील राजकारण ठरत गेले. हा महत्त्वाचा बदल प्रादेशिक पक्षामुळे भारतीय पक्ष व्यवस्थेत झाला आहे. प्रादेशिक पक्षपद्धतीची वैचारिक किंवा सैद्धान्तिक गणिते फार बदलत नाहीत. पक्ष जेव्हा स्वतंत्र सामाजिक-आर्थिक जाणिवांच्या संघटनातून उभे राहतात तेव्हा त्यांच्या वैचारिक भूमिका व कार्यक्रम यांना वेगळेपणा प्राप्त होतो. भारतात तसे झालेले नसल्यामुळे सर्वच पक्षांचे वैचारिक तोंडावळे सारखेच आहेत. खुद्द काँग्रेस पक्षाचीच विचारसरणी स्पष्ट नसल्यामुळे त्याच्यापासून फुटून बाहेर पडलेले पक्षही वैचारिकदृष्ट्या संदिग्धच राहिले आहेत. बहुतेक सर्वच राजकीय पक्षांचे नेते एकाच शहरी, शिक्षित, पांढरपेशा, मध्यमवर्गातून आलेले आहेत. यांची वैचारिक किंवा सैद्धान्तिक गणिते सारखीच आहेत. तसेच साध्य-साधने सारखीच आहेत.

वैचारिकदृष्ट्या राजकीय पक्षांचे वर्गीकरण

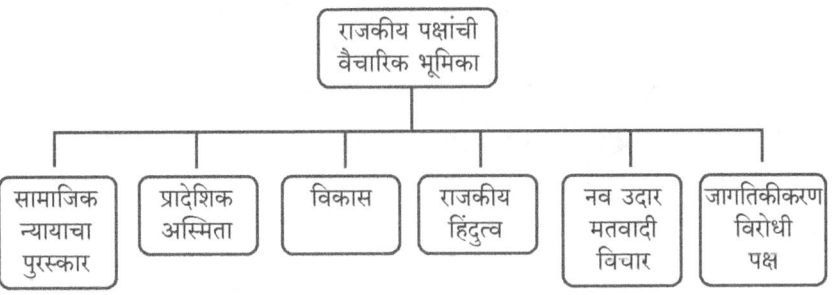

सामाजिक न्यायाचा पुरस्कार करणारा विचार पक्षांचा आहे. त्यामध्ये राष्ट्रीय जनता दल, बहुजन समाज पक्ष, बहुजन महासंघ, भारिप इत्यादींचा समावेश होतो. काँग्रेस या पक्षात डावे-उजवे, पुरोगामी-प्रतिगामी सगळेच गट आहेत. समाजवाद, धर्मनिरपेक्षता व लोकशाही ही त्रिसूत्री त्या पक्षाने स्वीकारली आहे. परंतु, १९९० नंतर हा पक्ष नवउदारमतवादी विचारांचा म्हणून ओळखला जातो. प्रादेशिक अस्मिता ही राजकीय पक्षांची एक विचारप्रणाली आहे. उदा. अकाली दल, आसाम गण परिषद इ. राजकीय हिंदुत्व ही देखील राजकीय पक्षांची एक विचार प्रणाली भारतात आहे. त्यामध्ये मुख्य भाजप, शिवसेना यांचा समावेश होतो. जागतिकीकरणाला विरोध हा छोट्या पक्षांचा विचार भारतात आहे. याशिवाय साम्यवादी, मार्क्सवादी विचारसरणीच्या पक्षांचा समावेश करता येईल. ते मार्क्सवाद-लेनिनवाद मानीत असले तरी त्या विचारसरणीच्या आशयाबाबत मात्र त्यांच्यात मौलिक मतभेद आहेत.

प्रादेशिक पक्ष नेतृत्वाच्या भोवती पक्षबांधणी करतात. भारतातील पक्ष संघटना या व्यक्तीभोवतीच उभारल्या जातात. राजकीय पक्षही याला अपवाद नाहीत. व्यक्तीपूजा हा सर्वच पक्षांचा स्थायीभाव आहे. 'वारसदारी'चे प्रश्न सर्वांनाच भेडसावीत असतात. एकेका नेत्याभोवती पक्षांतर्गत गट उभे असतात. पक्षनेते हे सत्ता व प्रतिष्ठा यांची प्रतीके असल्यामुळे त्यांचे राजकारण व्यक्तिकेंद्री प्रतिमा धारण करीत असते. पक्षनेत्यांना काहीसे अवाजवी महत्त्व मिळणे हे भारतीय पक्षपद्धतीचे ठळक वैशिष्ट्य मानावे लागेल. नेत्याला नेहमीच दोषातीत व अप्रमादशील मानण्याची प्रवृत्ती इथे सगळ्याच राजकीय पक्षांमध्ये दिसून येते.

प्रादेशिक पक्षांचा सामाजिक पाया संमिश्र स्वरूपाचा आहे. भारतातील सर्वच

राजकीय पक्षांचे सदस्यत्व बहुजिनसी असून जाती, धर्म, भाषा व अन्य बाबी यावर आधारलेले आहे. अनेक समूह प्रत्येक पक्षात एकवटलेले आढळतात. उदा. जनता दल धर्मनिरपेक्ष पक्षात कर्नाटक राज्यातील वोक्कलिगा जातीचे लोक एकवटले आहेत. पक्ष जातिधर्मनिरपेक्षतेची घोषणा देतात. मात्र, निवडणुकांच्या राजकारणात जातीय निकषांना असाधारण महत्त्व असते. एकंदरीत पक्षांचे महत्त्व प्रदेश विशिष्ट झाले आहे. सामाजिक पाया बहुजिनसी असल्यामुळे इथला कोणताच पक्ष अंतर्गतदृष्ट्या एकात्म नाही, आणि बहिर्गतदृष्ट्या इतर पक्षांशी स्थायी स्वरूपाची युती करण्यास लागणारी क्षमता पक्षापाशी नाही. परंतु, भारतात विविधता असल्यामुळे पक्षांनी त्यांना कसे सामोरे जावे हा त्यांच्यापुढील मुख्य प्रश्न आहे. त्यामुळे राष्ट्रीय पक्ष त्यांचे सामाजिक आधार विस्तृत करण्यासाठी प्रादेशिक पक्षांबरोबर आघाडी १९९८ नंतर करत आहेत.

बहु पक्ष पद्धती आणि द्विकेंद्रीय आघाड्या

राष्ट्रीय पक्षांच्या कामगिरीला मर्यादा पडल्या. राष्ट्रीय पक्ष काही राज्यापुरते सिमित झाले. काँग्रेस आणि भाजप या दोन पक्षांचे प्रभाव क्षेत्र ठराविक राज्यात प्रभावाचे होते. यांचे मुख्य कारण म्हणजे नव्वदीच्या दशकात प्रादेशिक पक्षांचा उदय झाला. १९९० नंतर भारतीय राजकारण राज्यात घडू लागले. राज्य हा राजकारणाचा मुख्य रंगमंच ठरला आहे. विशिष्ट राज्यापुरतेच आपले कार्यक्षेत्र मर्यादित करून राजकारणात वावरणाऱ्या पक्षांची संख्या व ताकद दिवसेंदिवस वाढत आहे. कर्नाटकात जनता दल धर्मनिरपेक्ष,पंजाबात अकाली दल, तमिळनाडूत अण्णा-द्रमुक, आसामात आसाम गणतंत्र परिषद, गोव्यात महाराष्ट्रवादी गोमंतक पक्ष, आंध्र प्रदेशात तेलगू देसम्, बंगालमध्ये मार्क्सवादी पक्ष, हरयाणात लोकदल अशी उदाहरणे आहेत. विशिष्ट राज्याची सत्तासूत्रे या पक्षांच्या हाती असण्यातून राष्ट्रपातळीवरील राजकारणावर एका मर्यादेबाहेर ते प्रभाव टाकू शकत नाहीत. यामुळे राष्ट्रीय पक्षांच्या कामगिरीला मर्यादा पडल्या. यामुळे पक्ष पद्धतीचे स्वरूप बहुपक्ष पद्धती असे निर्माण झाले. बहुपक्षीय स्पर्धा दोन गटांमध्ये विभागण्याचा प्रयत्न काँग्रेस आणि भाजप या दोन पक्षांनी केला. भाजपाने राष्ट्रीय लोकशाही आघाडीची स्थापना १९९८ मध्ये केली. त्यामध्ये प्रादेशिक पक्षांना सामील केले. २००४ मध्ये संयुक्त पुरोगामी दल (युनायटेड प्रोग्रेसिव्ह अलायन्स -युपीए)ची स्थापना केली. केंद्रीय पातळीवरील राजकारण दोन मोठ्या आघाड्यांमध्ये विभागले गेले. या शिवाय तिसरी आणि चौथी आघाडी भारतीय राजकारणात आहे. मात्र सत्ता स्पर्धा १९९९, २००४, २००९ मध्ये मुख्य दोन आघाड्यांमध्ये झाली.

त्यामुळे भारतीय पक्षीय राजकारण बहुपक्षीय स्वरूपाचे असूनही द्विकेंद्री आघाड्यांची राजकीय स्पर्धा आणि पर्याय दिसतो. भारताची पक्ष-पद्धती अनेक कारणांमुळे फुटली आहे. सर्वच महत्त्वाच्या पक्षांमध्ये वारंवार फूट पडलेली आपणास दिसते. असंतुष्ट गटांची पक्षांतरे, बंडखोर सदस्यांनी अपक्ष म्हणून निवडणुकांमध्ये भरलेल्या उमेदवाऱ्या, नवनव्या नावांनी उभे राहिलेले छोटे छोटे राजकीय पक्ष आणि सतत बदलते युतीविग्रह यांचे प्रमाण जास्त आहे. यातूनच सौदेबाजीचे तत्त्वशून्य राजकारण उदयाला आले आहे. राजकीय जीवनात कमालीचे अस्थैर्य आले आहे. पक्षपद्धतीच्या अपयशाचेच हे चिन्ह मानावे लागेल.

ब) निवडणूक व्यवस्थेची मुख्य वैशिष्ट्ये आणि मतदान वर्तनांचे प्रकार किंवा नमुने

निवडणुकांच्या संदर्भात निवडणूक व्यवस्था हा एक महत्त्वाचा मुद्दा आहे. तसेच दुसरा मुद्दा म्हणजे नागरिक किंवा लोक त्यांचे मतदानांचे वर्तन कसे करतात. त्यांचे प्रकार दिसून येतात का? या मुद्यांची चर्चा आपण या उपमुद्यांमध्ये करणार आहोत.

१) निवडणूक व्यवस्थेची मुख्य वैशिष्ट्ये

भारतीय लोकशाही प्रक्रियेत निवडणुका खुल्या आणि निःपक्ष वातावरणात घेण्यासाठी निवडणूक आयोगाची स्थापना केली आहे. केंद्रीय निवडणूक आयोग आणि राज्य निवडणूक आयोग अशा दोन यंत्रणा आहेत. या मतदारसंघांची पुनर्रचना करण्यासाठी मतदारसंघ पुनर्रचना आयोग देखील स्थापन केला जातो.

१) केंद्रीय निवडणूक आयोग

भारतामध्ये केंद्रीय पातळीवरिल निवडणुका घेण्यासाठी एक निर्वाचन आयोग स्थापन केलेला आहे. त्यास केंद्रीय निवडणूक आयोग असे म्हटले जाते. त्याच्या प्रमुखाला मुख्य निवडणूक आयुक्त म्हटले जाते. देशातील सर्व निवडणुकांवर तो देखरेख ठेवतो. हे काम अत्यंत गुंतागुतींचे असते; कारण निवडणूक म्हणजे सत्तांतर किंवा फेरबदल हा मुद्दा त्यामध्ये गुंतलेला असतो. राष्ट्रपती, उपराष्ट्रपती, लोकसभा, राज्यसभा, विधानसभा यांच्या निवडणुकांच्या तारखा जाहीर करणे हे अगदी प्रारंभिक कार्य निवडणूक आयोग करतो. परंतु, यापेक्षा जास्त गुंतागुतीचे काम म्हणजे उमेदवाराचे अर्ज स्वीकारण्याची शेवटची तारिख व वेळ निश्चित करतो. मतदारसंघात मतदान

केंद्राची व्यवस्था करणे. निवडणुकीसाठीच्या कर्मचाऱ्यांना प्रशिक्षण देणे. मतदान केद्रांना लागणारे साहित्य देण्याची व्यवस्था करणे. मतमोजणी करून निकाल जाहीर करणे. फेरनिवडणूक घेणे. ही सर्व कार्ये केंद्रीय निवडणूक आयोग करित असतो.

२) राज्य निवडणूक आयोग

घटकराज्यपातळीवर निवडणुका घेण्यासाठी १९९२ साली झालेल्या ७३ व्या घटनादुरुस्तीनुसार राज्य निवडणूक आयोग निर्माण करण्यात आला. राज्य निवडणूक आयोगाच्या प्रमुखास राज्य निवडणूक आयुक्त म्हटले जाते. त्याची नेमणूक राष्ट्रपतींच्या सल्ल्याने मुख्य निवडणूक आयुक्त करतात. स्थानिक स्वराज्य संस्थांच्या निवडणुकांचा कार्यक्रम जाहीर करण्यासापासून ते निवडणूक निकाल घोषित करणे ही सर्व कामे राज्य निवडणूक आयोग करतो. थोडक्यात, स्थानिक स्वराज्य संस्थांच्या निवडणुका घेण्याची महत्त्वपूर्ण जबाबदारी राज्य निवडणूक आयोगाची असते.

३) मतदारसंघ पुनर्रचना आयोग

भौगोलिक मतदारसंघाची सीमा मर्यादित करणे किंवा निश्चित करण्याची प्रक्रिया म्हणजे मतदार संघ पुर्नरचना होय. मतदार संघ पुर्नरचना करणाऱ्या संस्थेला 'मतदारसंघ पुनर्रचना आयोग' असे म्हणतात. भारत स्वतंत्र झाल्यापासून चार वेळा मतदारसंघ पुनर्रचना आयोग किंवा परिसीमन आयोग स्थापन करण्यात आलेले आहेत. १९५२ साली पहिला मतदारसंघ पुनर्रचना आयोग स्थापन करण्यात आला होता. त्यानंतर १९६३, १९७३ व २००२ मध्ये आयोग स्थापन करण्यात आले होते. २००२ साली कुलदीप सिंग यांच्या अध्यक्षतेखाली चौथा परिसीमन आयोग स्थापन करण्यात आला होता. या आयोगाने केलेल्या मतदारसंघ पुनर्रचनेनंतर २००९ च्या लोकसभा निवडणुका झाल्या. आयोगाने केलेल्या मतदार संघ पुरर्रचनेला न्यायालयात आव्हान देता येत नाही. या मतदार संघ पुरर्रचनेमुळे ग्रामीण, शहरी, अनुसूचित जाती, जमाती यांच्या मतदारसंघाची संख्या बदलते.

मतदान वर्तनांचे प्रकार किंवा नमुने

नागरिक मतदान विशिष्ट मुद्यांवर निश्चित करतात. शिवाय मतदान करताना विशिष्ट पद्धती दिसतात. जात, धर्म, शिक्षण, आर्थिक गट, स्त्री-पुरुष असे नागरिकांच्या मतदान वर्तनांचे प्रकार नोंदवले जातात. १९९६ पासूनच्या सीएसडीएस या संस्थेने अशा प्रकारच्या वर्गवाऱ्या करून मतदारांचे वर्तन आणि पक्ष यांचे संबंध अभ्यासले आहेत. जात, धर्म, शिक्षण, आर्थिक गट, स्त्री-पुरुष या घटकांवर आधारित काही

पक्षांना मतदान जास्त होते. परंतु, एकाच पक्षाला संपूर्ण एक घटक मतदान करतो असे मात्र दिसून आले नाही. विविध पक्षांमध्ये जात, धर्म, शिक्षण, आर्थिक गट, स्त्री-पुरुष या घटकांची मते विभागून जातात हे चित्र पुढे येते. तोच मतदान वर्तनांचा प्रकार किंवा नमुना ठरतो.

१) स्त्री-पुरुष

स्त्री आणि पुरुष यांचे मतदान वर्तन समान असते, हे एक मिथक आहे. पुरुषांचे स्त्रीयांच्या मतांवर नियंत्रण असते, हे देखील एक मिथक आहे. यापेक्षा वेगळ्या पद्धतीने मतदान स्त्रीयांकडून नोंदवले जाते. काँग्रेस पक्ष, राष्ट्रीय जनता दल, भारतीय कम्युनिस्ट पक्ष, एआयडीएमके या पक्षांना पुरुषांच्या तुलनेत स्त्रिया जादा मते देतात. त्यामुळे महिला एकाच पक्षाला मत देत नाहीत; शिवाय पुरुषांचे मतांवर नियंत्रण दिसत नाही. हा मतदान वतर्नातील मुख्य भाग आहे.

२) धर्म

धर्म हा घटक मतदानाचे वर्तन ठरवतो, असे एक मिथक आहे. एका धर्माची मते एकाच पक्षाकडे जात नाहीत. भाजप हा हिंदुत्वाचा मुद्दा मांडतो. मात्र, भाजपची मते हिंदुंच्या लोकसंख्येच्या तुलनेत ५० टक्क्यांच्या पुढे कधी गेली नाहीत. मुस्लीम लोक मुस्लिमांचे पक्ष वगळून इतर पक्षांनाही मतदान करतात. मुस्लीम मते सीपीआय (एम) पक्षाला पश्चिम बंगालमध्ये मिळतात. तर बिहारमध्ये राष्ट्रीय जनता दलाला मिळतात. समाजवादी पक्षाला उत्तर प्रदेशात आणि डीएमकेला तमिळनाडू राज्यात मिळतात. संपूर्ण भारतात काँग्रेस पक्षालाही मुस्लीम लोक मते देतात. यांचा अर्थ मुस्लीम लोक बिगर मुस्लीम पक्षांना मते देतात. हिंदू लोक भाजपेतर पक्षांनाही मते देतात.

३) जात

जात हा भारतीय राजकारणातील सर्वांत जास्त मतदान वर्तनावर परिणाम करतो, अशी चर्चा होते. भारतामध्ये जात हे वास्तव आहे. त्यामुळे तसे घडणे ओघाने आलेच. जात आणि पक्ष यांचे संबंध घट्ट असतात. उदा. कनार्टक राज्यात वोक्कलिगा लोक जनता दल धर्मनिरपेक्ष पक्षाला जास्त मते देतात. उत्तर प्रदेशात समाजवादी पक्षाला यादव लोक जास्त मते देतात. अशी विविध उदाहरणे आहेत. परंतु, वोक्कलिगा आणि यादव जातीतील काही लोक काँग्रेस आणि भाजपालाही मते देतात. त्यामुळे एका जातीतील सर्व लोक एकाच पक्षाला मते देत नाही. एका जातीतील सर्व लोक

एकाच पक्षाला मते देतात हे एक मिथक आहे. काँग्रेस पक्षाला नव्वदीनंतर सर्वच जातींमधून थोडी थोडी मते मिळतात. त्यामुळे त्यांचे स्वरूप सर्वसमावेशक तयार होते. सारांश म्हणजे लोकांच्या मतदान वर्तनावरून पक्षांचे स्वरूप ठरते.

४) शिक्षण

शिक्षण हा घटक राजकीय वर्तन निश्चित करतो, अशी चर्चा केली जाते. शिक्षित लोकांचा कल भाजप या पक्षाकडे असतो आणि कमी शिक्षित-अशिक्षित लोक काँग्रेस पक्षाला मते देतात. या प्रकारच्या मुद्यामध्ये शिक्षणाच्या मुद्यावर जास्त भर दिला आहे. मात्र, वस्तुस्थिती अशी असते की, शिक्षण घेतलेल्या लोकांचे रूपांतर मध्यम वर्गांत होते. त्यांचे हितसंबंध वेगळे असतात. त्या हितसंबंधाच्यासाठी शिक्षित लोक भाजपाला मते देतात. कमी शिक्षित लोकांचे हितसंबंध मध्यम वर्गापेक्षा वेगळे असतात. त्यामुळे कमी शिक्षित वर्ग त्यांचे हितसंबंध जपण्यासाठी काँग्रेसकडे वळतो. याच नियमाप्रमाणे शिक्षण आणि पक्ष यांचे संबंध राज्यपातळीवरही असतात. या शिक्षणातून मतदान वर्तनांचा प्रकार गेली दोन दशके भारतात प्रभावी ठरला आहे.

५) आर्थिक स्तर

आर्थिक स्तर आणि मतदारांचे वर्तन यांच्यातून विविध नमुने पुढे येतात. एक, अतिउच्चभ्रू वर्ग मतदान करत नाही. दोन, मध्यम उच्चभ्रू वर्ग त्यांच्या हितसंबंधाप्रमाणे मतदानाचे वर्तन करतो. तीन, शेती हे उत्पादनाचे साधन आहे. अशा वर्गातील लोक १९५० ते १९७० पर्यंत काँग्रेस पक्षांकडे झुकलेले राजकीय वर्तन करत होते. १९९० नंतर प्रादेशिक पक्षांकडे झुकलेले राजकीय वर्तन करतात. उत्पन्नाचे साधन नसलेला दलित वर्ग बहुजन समाज पक्षाशी संबंधित राजकीय वर्तन करतो. असे सरधोपट मतदानवर्तनाचे नमुने आहेत.

याखेरीज भाषा, व्यक्तिमत्त्व, पैसा, प्रदेशवाद, सत्ताधारी पक्षाची कामगिरी, उमेदवाराची प्रतिमा, निवडणूक प्रचार, सरकार विरोधी भावना हे मुद्दे मतदारांच्या निवडणूक वर्तनावर प्रभाव टाकतात.

क) प्रादेशिक पक्षांचा उदय आणि त्यांची भूमिका

भारतीय राजकारणात ऐंशीच्या दशकांत प्रादेशिक पक्षाची वाढ सुरू झाली. १९७७ मध्ये अकाली दल आणि डीएमके या दोन पक्षांची जनता सरकारमध्ये भागीदारी होती. तेव्हा ५१ राष्ट्रीय पातळीवरील सदस्य प्रादेशिक पक्षाचे होते. १९८० मध्ये काँग्रेस पक्षांचे सरकार आले तेव्हा प्रादेशिक पक्षाचे १९७७ मधील स्थान राहिले नाही.

सातव्या लोकसभेत ३५ प्रादेशिक पक्षांचे सदस्य होते. आठव्या लोकसभेत पुन्हा नव्याने वाढ झाली. ७६ सदस्य वेगवेगळ्या प्रादेशिक पक्षांचे १९८४ मध्ये लोकसभेत होते. तेलगु देसम् आणि आसाम गण परिषदेचा उदय हे यांचे मुख्य कारण होते. १९८८ मध्ये राष्ट्रीय आघाडीची स्थापना झाली. त्या आघाडीने गैर काँग्रेसवादातून प्रादेशिक पक्षांना एकत्र आले. त्यामध्ये टीडीपी, डीएमके, एजीपी आणि काँग्रेस (एस) यांना जनता दलाने एकत्र आणले होते. मात्र, १९८९ च्या नवव्या लोकसभेत प्रादेशिक पक्षांना ४८ जागा मिळूनही राष्ट्रीय आघाडीच्या भागीदारास केवळ दोन जागा मिळाल्या होत्या (टीडीपी). १९८९ मध्ये प्रादेशिक पक्ष राष्ट्रीय आघाडीच्या सरकारमध्ये भागीदार झाले होते. १९९१ च्या लोकसभेत प्रादेशिक पक्षांची संख्या ५७ होती. त्यांचा सरकारमध्ये सहभाग नव्हता. परंतु, १९८९ व १९९१ मध्ये प्रादेशिक पक्षांनी एक कळीची भूमिका पार पाडली होती. त्यामुळे राष्ट्रीय पक्ष आणि प्रादेशिक पक्ष यांच्यात एका नव्या संबंधाची सुरुवात झाली होती. १९९६ पासूनच राष्ट्रीय पातळीवर सरकार स्थापन करण्यात प्रादेशिक पक्षांची भूमिका महत्त्वाची राहिली आहे. नव्वदीच्या दशकात मात्र ३० टक्के मते प्रादेशिक पक्षांकडे सरकली. त्यांची ताकद वाढत गेली. १९९६ च्या लोकसभा निवडणुकीत त्यांनी काँग्रेस व भाजपा खेरीज तिसरी जागा तयार केली होती. १९९८ च्या राष्ट्रीय लोकशाही आघाडीतील १६२ मध्ये ९२ सदस्य प्रादेशिक पक्षांचे होते. राष्ट्रीय लोकशाही आघाडीत डीएमके आणि एआयडीएमके यांनी महत्त्वाची भूमिका पार पाडली होती. बहुकेंद्री राजकारण प्रादेशिक पक्षामुळे घडू लागले. तसेच काँग्रेस आणि भाजप या दोन आघाड्यांमध्ये प्रादेशिक पक्षांचे स्थान महत्त्वाचे होते. १९९९ मध्ये ३२ प्रादेशिक पक्षांपैकी १५ प्रादेशिक पक्ष राष्ट्रीय लोकशाही आघाडीचे भागीदार होते. प्रादेशिक पक्षांच्या उदयाची मोठी कारणे पुढील प्रमाणे आहेत.

१) **काँग्रेस पक्षाचा ऱ्हास**

नव्वदीच्या दशकापासून काँग्रेस पक्षाचा जलदपणे ऱ्हास झाला. काँग्रेस पक्षांत सतत फूट पडत गेली. त्यामुळे काँग्रेस परिवारातून विविध पक्ष नव्याने उदयास आले. त्यांचे स्थान प्रादेशिक पक्षांचे राहिले.

२) **जनता दलाचा ऱ्हास**

नव्वदीच्या दशकापासून जनता दलाचा जलदपणे ऱ्हास झाला. जनता दल पक्षांत सतत फूट पडत गेली. त्यामुळे जनता दलाच्या परिवारातून विविध पक्ष नव्याने उदयास आले. त्यांचे स्थान प्रादेशिक पक्षांचे राहिले. उदा. बिहारमध्ये राजद व

लोकजनशक्ती पार्टी आणि समता (दल संयुक्त) असे पक्ष स्थापन झाले. कर्नाटकामध्ये जनता दल धर्मनिरपेक्ष आणि जनता दल संयुक्त अशी उदाहरणे आहेत.

३) भाजपामधील फूट

भाजपा या पक्षात उत्तर प्रदेश, मध्यप्रदेश, कर्नाटक या राज्यांत फूट पडली. त्यामुळे तेथे प्रादेशिक पक्षांचा जन्म झाला.

४) सामाजिक गटांमधील प्रतिनिधित्वाची महत्त्वाकांक्षा

प्रादेशिक पक्षांनी प्रतिनिधित्व या संकल्पनेच्या अर्थात फेरबदल केले. पक्षांचा पाया छोट्या प्रतिनिधित्वाचा आहे. समाजातील एका गटाचे प्रतिनिधित्व असा त्यांचा अर्थ आहे. सर्वांना एकत्र बांधण्याची भूमिका यामध्ये नाही. त्यामुळे वेगळ्या सामाजिक गटांचे वेगळे प्रादेशिक पक्ष स्थापन झाले.

५) बहुमतांची गरज

१९८९ नंतर राष्ट्र पातळीवर स्पष्ट बहुमत पक्षांना मिळाले नाही. त्यामुळे राष्ट्रीय पक्षांनी प्रादेशिक पक्षांबरोबर आघाड्या केल्या. यातून प्रादेशिक पक्षांना राष्ट्रीय राजकारणात स्थान मिळत गेले. त्यांचा परिणाम म्हणून प्रादेशिक पातळीवर पक्षांचा विस्तार झाला.

लोकसभा निवडणुकीतील प्रादेशिक पक्षांच्या मतांची टक्केवारी

निवडणूक वर्ष	मते
१९८४	११.२ %
१९८९	९.७ %
१९९१	९.६ %
१९९६	१८.५ %
१९९८	२९.८ %
१९९९	३०.९ %
२००४	३१.३ %
२००९	२८.४ %

प्रादेशिक पक्षांची भूमिका

१) प्रादेशिक अस्मिता ही प्रादेशिक राजकीय पक्षांची एक विचारप्रणाली आहे.

प्रदेशवाद व उपप्रदेशवाद हा पक्षांचा मुख्य आधार असतो. उदा. अकाली दल, आसाम गण परिषद इ.

२) प्रादेशिक पक्षाचे अखिल भारतीय पक्षाबरोबरचे नेते हा अत्यंत महत्त्वाचा मुद्दा आहे. त्यांनी अखिल भारतीय पातळीवर यामुळेच महत्त्वाची भूमिका पार पाडली आहे. १९८९ पासून दिल्लीतील केंद्र सरकार स्थापन करण्यासाठी प्रादेशिक पक्षांनी पाठिंबे दिले होते. उदा. १९९९ ते २००४ या दरम्यानच्या केंद्रातील भाजपाच्या सरकारला शिवसेना व अकाली दलाचा पाठिंबा होता.

३) राज्यातील राजकारण प्रादेशिक पक्षाभोवती उभे राहिले आहे. त्यामुळे राजकीय प्रक्रिया घडविण्यात प्रादेशिक पक्षांची भूमिका मध्यवर्ती दिसते. जम्मू आणि काश्मीर, तमिळनाडू ही महत्त्वाची उदाहरणे आहेत. त्यामुळे भारतीय राजकारण राज्यांमध्ये घडू लागले. यामध्ये विविध प्रादेशिक पक्षांची भूमिका कळीची होती.

४) प्रादेशिक पक्षांनी प्रतिनिधित्व या संकल्पनेच्या अर्थात फेरबदल केले. पक्षांचा पाया छोट्या प्रतिनिधित्वाचा आहे. समाजातील एका गटाचे प्रतिनिधित्व असा त्यांचा अर्थ आहे. सर्वांना एकत्र बांधण्याची भूमिका यामध्ये नाही. ही प्रादेशिक पक्षांची भूमिका कळीची दिसते.

५) प्रादेशिक पक्षांनी राज्यातील नवउदारमतवादी विचारांना पाठिंबा दिला आहे. नव्या भांडवलदारांना प्रादेशिक पक्ष मदत करतात. यामुळे नवभांडवलशाहीच्या विस्तारासाठी प्रादेशिक पक्षांची सार्वजनिक धोरणे उपयुक्त ठरली. ही प्रादेशिक पक्षांची भूमिका महत्त्वाची दिसते.

सारांश

राजकीय प्रक्रिया ही पक्ष, निवडणूक आयोग, निवडणुका आणि प्रादेशिक पक्ष यांच्यामुळे घडत जाते. निवडणूक प्रक्रियेतील हे प्रमुख घटक आहेत.

प्रकरण ७

भारतीय राजकारणातील जात आणि धर्माची भूमिका

अ) जात व अस्मितेचे राजकारण

ब) ओबीसींचा उदय

क) धर्म आणि जमातवादाचे राजकारण

प्रस्तावना

भारतीय राजकारणात जात आणि धर्म हे दोन घटक महत्त्वाचे आहेत. या दोन घटकांच्याभोवती भारतीय राजकारण फिरते. प्रभुत्वशाली जात, जात व जातीची अस्मिता, ओबीसी राजकारण हे मुद्दे या प्रकरणात आपण अभ्यासणार आहे. धर्म हा घटक मुक्तीचे राजकारण करतो. तसेच जमातवादी राजकीय प्रक्रिया घडवतो. या दोन्ही मुद्दांचा अभ्यास आपण येथे करणार आहे.

अ) जात व अस्मितांचे राजकारण

भारतीय राजकारणाच्या विविध आधारांपैकी जात हा एक आधार आहे. साहजिकच राजकारणात देखील जात हा घटक कृतिशील दिसतो. जात हा घटक एकाच पद्धतीने कार्यरत नाही; किंवा प्रत्येक काळात एकसारखेच काम करतो असेही नाही. या घटकास देखील विविध बाजू दिसतात. जात घटकाचा राजकारणात वापर करण्यामुळे जात टिकली, अन्यथा, जात केव्हाच नष्ट झाली असती. असे एक अत्यंत उथळ मत जात घटकाबद्दल दिसते. या मताबद्दल जास्त चर्चा भारतीय राजकारणात केली जाते. आरंभी नोंदविल्याप्रमाणे यापेक्षा वेगळी बाजू राज्यशास्त्र व समाजशास्त्राचे अभ्यासक मांडतात. त्यांनी जात घटकाचे आधुनिक व लोकशाही संदर्भात विश्लेषण केले आहे. या अभ्यासकांनी जात हा घटक परंपरागत स्वरूपाची कामे करण्याऐवजी आधुनिक स्वरूपाची कामे करतो, हा विचार राजकारणाच्या संदर्भात मांडला आहे.

जात या घटकाने आधुनिक स्वरूपाची कामे करण्यास चळवळींपासून प्रारंभ केला. त्यामुळे अर्थातच चळवळींचा आधार जात घटक ठरला. चळवळींमध्ये जातीच्या विषमतेविरुद्ध लढा उभा राहिला. त्यामुळे चळवळ व जात यांचे संबंध हा एक व्यापक मुद्दा जातीच्या राजकारणाचा राहिला आहे. उदा. सत्यशोधक चळवळ, ब्राह्मणेतर चळवळ, दलित चळवळ इत्यादी. या सारख्या चळवळींमध्ये जातीचा मुद्दा कळीचा होता. जातिव्यवस्थेच्या अंताचा मुद्दा या चळवळीमध्ये होता. जातिसंस्थेच्या विषमतेविरोधातील लढे लढविताना जात या घटकाचे आधुनिक लोकशाहीतील महत्त्व वाढले. सत्ता, अधिकार, प्रतिष्ठा, संपत्ती यांचे वाटप जातीच्या चौकटीत करण्यास तीव्र विरोध केला गेला. यातूनच जनसमूहाची राजकीय कृतीसज्जता होत गेली. तसेच राजकीयीकरण देखील झाले. चळवळीमध्ये राजकीय प्रतिनिधित्वाचे दावे जात घटकाच्या आधारे केले गेले. कायदेमंडळ, कार्यकारी मंडळ, न्यायमंडळ, नोकरशाही इत्यादी मध्ये कोणत्या जातीचे किती प्रतिनिधी असावेत. या मुद्याची चर्चा लोकशाही चौकटीत झाली. म. फुले, म. शिंदे, छ. शाहू आणि डॉ. आंबेडकर यांनी प्रतिनिधित्वाचा मुद्दा मांडला होता. जात घटकाच्या आधारे प्रतिनिधित्वाचा दावा करताना म. फुले, म. शिंदे, छ. शाहू आणि डॉ. आंबेडकर यांनी व्यापक सामाजिक लोकशाहीशी त्यांचा संबंध जोडला होता.

भारतीय राजकारणात जातीच्या विविध अस्मिता घडविलेल्या आहेत. उच्च जात, प्रभुत्वशाली जात, इतर मागासवर्गीय जात, दलित जात, अतिमागास जात अशा प्रकारच्या वर्गवारी करून जातीची एक आघाडी तयार होते. जाती राजकारणामध्ये सत्तेचे दावे करतात. प्रादेशिक पातळीवरील सत्तेचा दावा करण्यातून कर्नाटकराज्यात मोरासुई, हल्लीकर, हाळू, नोनाबाद इत्यादी जातींच्या एकत्रीकरणातून वोक्कलिगा जातीचे आत्मभान अस्तित्वात आले. तसेच महाराष्ट्रातदेखील विविध जातींच्या एकत्रीकरणातून मराठा हे आत्मभान अस्तित्वात आले. त्यांनाच पुढे प्रभुत्वशाली जात म्हणून ओळखले गेले. या प्रक्रियेमधून भारतभर प्रभुत्वशाली जात अशी एक अस्मिता तयार झाली. प्रभुत्वशाली आत्मभान असणाऱ्या जाती उच्च दर्जाचा दावा करतात. म्हणजेच त्यांच्यामध्ये उच्चवर्णीय ही अस्मिता तयार होते. क्षत्रिय असल्याचा दावा अशा जातीकडून केला गेला. ही प्रक्रिया भारतभर घडून आली. शेतकरी जातींमध्ये आपण 'आम समाज' आहोत असे आत्मभान तयार झाले. 'आम समाज' म्हणजे आपण इतर समाजाच्या तुलनेमध्ये संख्येने मोठा असलेला गट आहोत. त्यामुळे शेतकरी जाती त्यांची स्वतःची ओळख बहुजन जाती अशीही सांगतात. मागास जातींच्या संदर्भात शूद्र, अतिशूद्र असे आत्मभान घडविले होते. त्यानंतर पुढे आंबेडकर चळवळीत दलित

आणि क्रांती यांचा संबंध जोडला गेला. त्यामुळे दलित समाजामध्ये क्रांतिकारी अस्मिता तयार झाली. १९८९ नंतर भारतात ओबीसी ही अस्मिता तयार झाली. ओबीसी म्हणजे इतर मागास वर्ग. इतर मागास वर्ग ही अस्मिता शैक्षणिक आणि सामाजिक दृष्ट्या मागासलेपणाशी संबंधित आहे. ही अस्मिता राजकारणात राजकीय मागासलेपणाचे आत्मभान व्यक्त करते. त्यामुळे भारतीय राजकारणात ओबीसींच्या राजकीय सत्तेचा दावा केला जातो. यामधून 'पिछडे पावे सौ में साठ' ही चित्तवेधक घोषणा पुढे आली. ऐंशीच्या शेवटी आणि नव्वदीच्या दशकाच्या आरंभी ओबीसी वर्गवारीचा वादविषय राजकारणाच्या मध्यभागी आला. जनता दलाने ओबीसी वर्गवारीचा मुद्दा आक्रमक केला. ओबीसी वर्गवारीच्या आधारे ओबीसी अस्मिता घडविण्याचा प्रयत्न गेली बावीस-तेवीस वर्षे होत आला आहे. त्यामुळे 'पिछडे पावे सौ में साठ' हे बहुसंख्याकवादाचे तत्त्वज्ञान त्यांच्या राजकीय संघटनांचा मुख्य आधार ठरला. याला प्रतिक्रिया म्हणून भाजपने हिंदू ओबीसी, हिंदू दलित, हिंदू लिंगायत अशा अस्मिता घडवल्या. मुस्लीम ओबीसी चळवळीने हिंदू समाजाच्या खेरीज मुस्लीम समाजातही जातीचे वास्तव आहे, असे आत्मभान निर्माण केले आहे. शिवाय या चळवळीतून मुस्लीम ओबीसी आत्मभान विकसित केले. या पद्धतीनेच जात आणि मागास यांचा संबंध जोडत भारतीय पातळीवर 'आघडे पिछडे' असेही आत्मभान तयार केलेले होते. यावरून पुढीलप्रमाणे गोष्टी दिसतात.

१) जात आणि राजकारण यांचे संबंध अस्मिता या घटकाच्या मार्फत दिसून येतात.

२) अस्मितांमध्ये जातसमूहाच्या हितसंबंधाचा दावा केलेला असतो.

३) अस्मिता या ऐतिहासिक, सामाजिक व आर्थिक पार्श्वभूमीवर आकाराला येतात. यामुळे या घटकांचे अस्मितांमध्ये मिश्रण असते. या गोष्टी भारतीय पातळीवरती जात संघटनांमध्ये स्पष्टपणे दिसतात.

सत्तरीच्या दशकापासून जात संघटनांना राजकीय प्रतिनिधित्व मिळत नाही, म्हणून राजकीय प्रतिनिधित्वाचे दावे सुटे सुट करू लागल्या. राजकीय प्रतिनिधित्वाचा दावा लोकसंख्येतील प्रमाणाच्या आधारे सुटे सुटे केले गेले. राजकीय पक्षांकडे जातीच्या आधारे उमेदवारी मागणे, जातीच्या उमेदवारास पाठिंबा देणे, पक्षाला जात किंवा जात संघटनेचा पाठिंबा देणे, पक्षाचा प्रचार जात संघटनांनी जातीच्यावतीने करणे अशी पक्ष पातळीवरील कामे आधुनिक स्वरूपाच्या जात संघटना करतात. शासन, राजकीय पक्ष व कायदेमंडळाची सार्वजनिक धोरणे यांच्या बरोबर हितसंबंधी गट किंवा दबाव गटासारखे दबावाचे व सौदेबाजीचे राजकारण जातसंघटना करत आहेत. राजकीय

अभिजन त्यांचा सामाजिक आधार पक्का करण्यासाठी जात संघटनांच्या मार्फत राजकीय कृतीसज्जता करतो. अभिजन वर्ग स्पर्धेत टिकण्यासाठी जातसंघटना त्यांना मदत करतात. राजकीय अभिजन वर्गांचे हितसंबंध जातसंघटना जपण्याचे काम करतात. अशा प्रकारच्या जातसंघटनांच्या कामाच्या यादीवरून जातीची कामे आधुनिक स्वरूपाची आहेत हे उघडपणे दिसते. शिवाय जातीची आस्मिता राजकीय स्वरूपाची असते असेही दिसते.

जातसंघटना भिन्न हितसंबंधाचा दावा करतात. जातसंघटना त्या त्या जातीच्या गरजा, अपेक्षा, साधन–सामग्रीतील त्यांचा वाटा यांच्या मागण्या करत आहेत. यातूनच जातसंघटनांचे राजकारण आकार घेते. जातीचा संबंध भौतिक घटकांशी जातसंघटनांनी जोडून घेतला आहे. शिक्षण, नोकरी, आरक्षण व विकास इत्यादी मुद्दे जातसंघटना आर्थिक मागासलेपणाचे दावे करत उठवितात. तर उच्च जातींच्या जातसंघटना शिक्षण व नोकरी या सारख्या भौतिक घटकांचे वाटप जातीच्या चौकटीत करण्याचा आग्रह धरतात. सार्वजनिक मालमत्ता आणि नैसर्गिक मालमत्ता यांच्या पुर्नवाटपाचा मुद्दा त्या मांडत आहेत. जातसंघटनांनी भौतिक मागण्या गेल्या तीन दशकांत केल्या असल्या तरी अशा मागण्या करण्याची सुरुवात ब्रिटिश राजवटीत झाली होती. जात या घटकाने आधुनिक भौतिक स्वरूपाची कामे करण्यास प्रारंभ ब्रिटिश राजवटीत केला होता. भौतिक मागण्या करण्याचा एक संदर्भ लोकशाही हा आहे; कारण लोकशाही प्रक्रियेत लोकांचा सहभाग वाढत गेला. तस तसा जात या घटकाचाही सहभाग वाढत गेला. उदा. म. फुले यांनी उच्च जातीचा प्रतिकार केला. तेव्हा त्यांनी जातिव्यवस्थे विरोधी लढे उभे केले. शिंदे यांनी अस्पृश्यतेचा मुद्दा राजकारणात आणला शिवाय बहुजनवाद हा विचार मांडला. यामध्ये जात घटक होता. छत्रपती शाहू यांनी ब्राह्मणेतर चळवळीला पाठिंबा दिला आणि राखीव जागांचा मुद्दा मांडला या प्रक्रियेचा आधार जात हा घटक राहिला आहे. डॉ. बाबासाहेब आंबेडकर यांनी जातिव्यवस्थेची समीक्षा केली. जातीच्या विषमतेविरुद्ध लढा दिला. शेड्युल्ड कास्ट फेडरेशन हा पक्ष स्थापन केला होता. या प्रक्रियेमध्ये उच्च जातीचा प्रतिकार, जातिसंस्थेच्या विषमतेस विरोध हे मुद्दे होते. याशिवाय राजकीय प्रतिनिधित्वाचा मुद्दा देखील होता. या मुद्यांबरोबर शिक्षण, नोकरी आणि शासन या तीन क्षेत्रांमध्ये सत्ता कोणाकडे व किती असावी याबद्दल वाद साकारत गेला. जातसंघटनांनी यापैकी राजकीय प्रतिनिधित्व, शिक्षण, नोकरी आणि शासन या तीन क्षेत्रांमध्ये सत्ता कोणाकडे व किती असावी हे मुद्दे उठविले आहेत. ओबीसी समाजातील जातसंघटना मंडलच्या संदर्भात परंतु प्रभुत्वशाली जातीच्या वर्चस्वाला विरोध करत सत्ता, अधिकार, संपत्ती, प्रतिष्ठा या मुद्यांसाठी आंदोलन करत आहेत. हा ओबीसी जातसंघटनांचा प्रवास गेल्या तीन दशकांचा आहे.

ऐंशी व नव्वदीच्या दशकात जातीच्या नव्या अस्मिता घडविल्या. या दोन दशकात जातसंघटनांच्या साधना मार्फत ओबीसी समूहाला आणि नवबौद्धेतर समूहाला राजकीय आत्मभान येऊ लागले. त्यांनी प्रतिष्ठा आणि आत्मसन्मानाची मागणी या दोन दशकात केली. त्यांनी इतिहास, प्रतीके आणि ऐतिहासिक आठवणींना उजाळा दिला. त्यामधून ओबीसी आणि नवबौद्धेतर समूहामध्ये स्व-प्रतिमा तयार केली. तिची अभिव्यक्ती जातसंघटना करू लागल्या. अस्मिता वेगळ्या व हितसंबंध वेगळे असे न होता; अस्मिता आणि हितसंबंध यांचा गुंता झालेला दिसतो. हितसंबंध जस जसे वेगळे होत गेले. तस तशा जाती फुटत गेल्या. जातिव्यवस्थेमध्ये पुनर्रचना झाली. नवबौद्धेत्तर दलितांनी दलित या अस्मितेपेक्षाही हिंदू दलित ही अस्मिता स्वीकारली. भटक्े विमुक्त आणि आदिवासी समूहात भाजपाच्या राजकीय संघटनांतून हिंदू व जात अशा दोन अस्मिता उभ्या राहिल्या.

ब) ओबीसी राजकारणाचा उदय

नव्वदीच्या दशकात ओबीसी राजकारणाचा उदय झाला. दक्षिण भारतात ओबीसींच्या राजकारणाचा मुद्दा फार प्रभावी नव्हता. उत्तरेकडील राज्यांमध्ये ओबीसींच्या राजकारणाचा मुद्दा प्रभावी ठरला आहे. पन्नासाच्या दशकात कालेरकर आयोग स्थापन केला होता. मात्र, त्यामधून ओबीसींची फार राजकीय जाणीव विकसित झाली नाही. सत्तरीच्या दशकाच्या आरंभी बिहारमध्ये दरोगा प्रसाद रॉय हे यादव नेते मुख्यमंत्री झाले. त्यांच्या मंत्रिमंडळात उच्च जातींच्या मंत्र्यांपेक्षा पिछड्या जातींच्या मंत्र्यांची संख्या प्रथमच जास्त होती. त्यांनी मागास जातींसाठी मुंगेरीलाल आयोग नेमला. मुंगेरीलाल आयोगाचा अंतिम अहवाल १९७६ मध्ये आला. त्याची अमंलबजावणी करण्यास जगन्नाथ मिश्रा यांनी नकार दिला. मुंगेरीलाल आयोगाने बिहारमधील पिछड्यांची ओबीसी आणि ईबीसी अशी वर्गवारी केली होती आणि एकूण सर्व ओबीसी जातींना मिळून २६ टक्के आरक्षण असावे अशी शिफारस केली होती. १९७८ मध्ये कर्पुरी ठाकूर मुख्यमंत्री झाले तेव्हा त्यांनी त्या शिफारशींची अंमलबजावणी करण्याचा निर्णय घेतला. बिहारमध्ये उच्च जातींचे प्रमाण सर्वसाधारणपणे १५ टक्के तर ओबीसी जातींचे प्रमाण ५२ टक्के असावे असा अंदाज आहे. त्यामध्ये यादव, कुर्मी, कोयरी जातीसमूह प्रभावी आहेत. १९६७ च्या निवडणुकीने ओबीसी राजकारणाचा पाया घातला. 'पिछडे पावे सौ में साठ' हा समाजवाद्यांनी दावा केला. हा दावा भारतभर लोकप्रिय ठरला. बिहारच्या जातवास्तवाचे आगडे विरुध्द पिछडे असे वर्गवारी करून समाजिक अंतरायाच्या आधारे राजकारण करण्यावर भर दिला. ही वर्गवारी भारताच्या राजकारणात चौकट म्हणून प्रसिद्ध झाली. यातूनच ओबीसी राजकारण उदयाला आले.

केंद्रात जनता पक्षाने ओबीसींसाठी मंडल आयोगाची स्थापना केली. बी.पी.मंडल हे बिहारचे मुख्यमंत्री होते. म्हणजेच ओबीसी राजकारणाचा पाया बिहारमधून घातला गेला. त्यानंतर ओबीसींच्या राजकारणाबद्दल जास्त दबाव आला. राम मनोहर लोहिया हे नेते ओबीसींची बाजू घेणारे आक्रमक नेते होते. त्यांनी 'पिछडे पावे सौ में साठ' ही चित्तवेधक घोषणा पुढे आणली. ऐंशीच्या शेवटी आणि नव्वदीच्या दशकाच्या आरंभी ओबीसी वर्गवारीचा वादविषय राजकारणाच्या मध्यभागी आला. जनता दलाने ओबीसी वर्गवारीचा मुद्दा आक्रमक केला.

ओबीसी ही एक प्रशासकीय वर्गवारी आहे. यामध्ये शैक्षणिक व समाजिक दृष्ट्या मागासलेल्या घटकांची गणना करण्यात येते. यास मागासवर्ग असे म्हटले जाते. भारतात गेली वीस वर्षे इतर मागास वर्गीय (ओबीसी) या गटाने राजकारण करण्याचा प्रयत्न केला. त्यास मंडलवादी किंवा बहुजनवादी राजकारण म्हणून ओळखले जाते. या राजकारणात ओबीसी विरोधी प्रभुत्वशाली जाती अशी राजकीय स्पर्धा निवडणुकांच्या व राजकीय सत्तेच्या आखाड्यात झाली. दलित व ओबीसी ऐक्याचे राजकारण मंडलच्या पार्श्वभूमीवर घडले. हिंदुत्ववादी पक्षांनी ओबीसींचे राजकीय संघटन करून त्यांना हिंदू अस्तित्वभान प्राप्त करून देण्याचा प्रयत्न केला. १९८० च्या दशकात जनता दलाने इतर मागास वर्गांमध्ये पाठिंबा असणाऱ्या गटांना एकत्र आणले. राष्ट्रीय आघाडी शासनाने मंडल आयोगाच्या शिफारशी लागू करण्याचा निर्णय घेतला. यामुळे इतर मागास वर्गीयांच्या राजकारणास संघटित रूप आले. रोजगार आणि शिक्षणाच्या क्षेत्रात मागासवर्गीयांना योग्य प्रमाणात संधी मिळावी याकरिता राजकीय पक्षांनी व संघटनांनी प्रयत्न केले. या पक्षांनी इतर मागासवर्गीयांना सत्तेमध्ये भागीदारी देण्याचा प्रश्न उठविला. भारतीय समाजामध्ये इतर मागासवर्गीयांची संख्या मोठी असल्याने इतर मागासवर्गीयांना योग्य प्रतिनिधित्व देणे लोकशाहीच्या दृष्टीने योग्यच होते.

बहुजन केंद्री ओबीसींचे संघटन

१९८० मध्ये मंडल आयोगाचा अहवाल सादर झाल्यानंतर पुन्हा एकदा मागासवर्गीय जातींचे संघटन करण्याच्या प्रयत्नांनी उचल खाल्ली. १९८३ पासून मंडल आयोग कृती समिती आणि राष्ट्रीय पिछडा वर्ग महासंघ यांच्यामार्फत हे प्रयत्न सुरू होते. त्या प्रयत्नांना जनता पक्ष, शे. का. पक्ष व काँग्रेस (एस) यांचा पाठिंबा होता. १९८५ पासून दलित कार्यकर्ते व संघटना मंडलवादी आंदोलनात उतरल्या. नवबौद्ध व ओबीसी यांच्या ऐक्याचे राजकारण घडले. अकोला पॅटर्नचा प्रयोग भारिप (आंबेडकर गट) व बहुजन महासंघ यांनी केला होता. दलित व ओबीसी जातींच्या एकजुटीतून निवडणूक जिंकण्याची राजकीय शक्ती उभी करता येते, हा मुद्दा पुढे आला.

हिंदुत्व केंद्री ओबीसींचे संघटन

१९८० नंतर हिंदुत्व चौकटीत ओबीसींच्या संघटनांचे प्रयत्न झाले. महाराष्ट्र, गुजरात, उत्तर प्रदेश, मध्यप्रदेश या राज्यांमध्ये भाजप या पक्षातून ओबीसी नेते राज्याच्या राजकारणात आले. यास ओबीसींचे हिंदुत्वकेंद्री राजकीय संघटन म्हणता येईल. भाजपने त्यांचे पांढरपेशे, उच्चवर्णीय प्रतिमा बदलण्यासाठी आदिवासी, दलित, झोपडपट्टीवासी, ग्रामीण, बहुजन समाज या समाजगटांत पक्षाचा विस्तार केला. ओबीसींचे राजकीय संघटन करण्यासाठी क्षत्रिय या तत्त्वाचा पुरस्कार केला आहे.

ओबीसींचे संघटन

ओबीसींनी बहुजन ही अस्मिता स्वीकारावी म्हणून प्रयत्न बहुजन महासंघाने केले. १९८९ नंतर बौद्ध व ओबीसी यांच्या ऐक्याचा प्रयोग राबविणारा बहुजनवाद, बहुजन महासंघ व बसपमधून पुढे आला. या प्रयत्नात आंबेडकरी राजकारण बहुजनवादी चौकटीत करण्याचा व्यवहार झाला; पण ओबीसींचे स्वतंत्रपणे संघटन झाले नाही. ओबीसींच्या बाजूने स्वतंत्रपणे राजकारण जनता दल, समाजवादी पक्ष, लोकराज्य पक्ष, राष्ट्रीय समाज पक्ष करत आहेत. थोडक्यात, ओबीसी राजकारण एकसंघ नाही. ओबीसी राजकारणाचा गुंता वाढला आहे. अशा स्वरूपाचे ओबीसींचे नवे राजकारण घडत आहे.

क) धर्म आणि जमातवादाचे राजकारण

भारतीय राज्यघटनेने प्रत्येक भारतीय नागरिकाला धार्मिक स्वातंत्र्य दिलेले आहे. धर्म व राजकारण यांना परस्परांपासून वेगळे करण्यात आले आहे. परंतु, भारतीय राजकारणाचा गेल्या ६० वर्षांमधील व्यवहार तपासला तर त्यात काही भाग धार्मिक जमातवादाकडे झुकलेला दिसतो. जमातवाद म्हणजे काय? भारतीय संदर्भात तो कसा आहे. त्याची भूमिका काय आहे. त्याची वैशिष्ट्ये कोणती? तसेच भारतीय सार्वजनिक व्यवहारामध्ये जमातवादाचा प्रसार कसा झाला. या मुद्द्यांच्या अभ्यास आपण यामध्ये करणार आहोत.

जमातवाद ही विचारप्रणाली जागतिक असली तरी भारतीय संदर्भात उदयाला आलेली आहे. ब्रिटिश कालखंडात ब्रिटिशांनी विविध समूहांना वेगवेगळे प्रतिनिधित्व देण्याचे धोरण आखले होते. त्याला ते जात-जमातीनिष्ठ निवाडा असे म्हणत. जात, जमात, धर्म, वंश या आधारे केल्या जाणाऱ्या मागण्यांना व त्यांना दिला जाणारा सकारात्मक प्रतिसाद म्हणजे जमातवाद असे म्हटले. भारतामध्ये आज केंद्रीय पातळीवरच्या राजकारणाच्या केंद्रभागी धर्म आणि धार्मिक समूहांचे राजकारण हा मुद्दा

आहे त्यामुळे धार्मिक जमातवाद हा विचार व त्याआधारे घडणारे राजकारण समजून घेणे गरजेचे आहे.

१) धार्मिक जमातवादचा अर्थ

विशिष्ट धर्माच्या सर्व अनुयायांचा मिळून एक समुदाय बनतो असे समजून किंवा तसा दावा करून त्या समुदायाचे राजकीय शक्तीमध्ये रूपांतर करणे म्हणजे धार्मिक जमातवाद होय. एखाद्या धार्मिक समुदायाकडे देशाची सर्व सत्ता असली पाहिजे असा जमातवादाचा आग्रह असतो. जमातवादी संघटना धर्माच्या लोकांच्यावतीने ती सत्ता आपल्याकडे आणण्याच्या प्रयत्नात असतात. यातूनच जमातवादी राजकारण घडते.

२) जमातवादाची वैचारिक भूमिका : जमातवादाची वैचारिक भूमिका पुढील तीन मुद्द्यांच्या आधारे स्पष्ट करता येते.

अ) सत्तेतील वाटा

जमातवाद जो सत्तेचा आग्रह धरतो त्यास आधार कोणता असतो? भारतीय समाज हा धार्मिक समुदायांचा मिळून बनला आहे. जमातवादाच्या मते, एका धार्मिक समुदायाची सत्ता संपूर्ण समाजावर असली पाहिजे. यानुसार राज्यसंस्थेचे नियंत्रण कोणाकडे? या प्रश्नाच्या उत्तरासाठी जमातवादी विचार धर्माधिष्ठित राष्ट्राची कल्पना स्वीकारतो. भारत हे हिंदू राष्ट्र आहे; त्यामुळे संपूर्ण राजकीय सत्ता हिंदुंकडे व त्याचा पाठपुरावा करणाऱ्या राजकीय पक्षांकडे असावी ही वैचारिक भूमिका असते. समाजामध्ये जीवन जगताना व्यक्तीला अनेक ओळख/अस्मिता असतात. त्यातील धर्माधिष्ठित ओळख ही मूलभूत असते; म्हणून राज्यसंस्थेवरती नियंत्रण धार्मिक समुदायाचे असले पाहिजे; याचा अर्थ राजकीय समाज धर्माच्या आधारे निर्माण होतात आणि सत्तेत वाटा मागतात.

ब) स्वतंत्र हितसंबंध

प्रत्येक धार्मिक समुदायाचे हितसंबंध भिन्न असतात. तसेच ते स्वतंत्रदेखील असतात. एका धर्माच्या व्यक्तींचे काही हितसंबंध समान असतात आणि ते इतर धर्मीय व्यक्तींच्या हितसंबंधातून भिन्न असतात. असा दावा जमातवादाचा असतो.

क) व्यक्ती व समाजाच्या जीवनात धर्माचे स्थान

धर्म व्यक्तीला नैतिकदृष्ट्या मार्गदर्शन करतो. समाजाची भूमिका धर्मविरोधी नसली तरी धर्माचे अंतिम नियंत्रण स्वीकारणारी असते.

३) जमातवादाची वैशिष्ट्ये : भारतीय जमातवादाची स्थूलमानाने पुढीलप्रमाणे वैशिष्ट्ये आहेत.

१) धार्मिकता/श्रद्धा/भावना यापासून जमातवाद निर्माण होतो.
२) स्वतःच्या धर्माबद्दल अभिमान व इतर धर्मांविषयीची परकेपणाची भावना जमातवाद निर्माण करतो.
३) जमातवादामधून हिंसेंचे राजकारण निर्माण होते.
४) धर्मांतराला विरोध जमातवादाचा असतो.
५) लैंगिक विषमता व पुरुष वर्चस्वाचा स्वीकार जमातवाद करतो.
६) शिस्त, एकनिष्ठा, लष्करी तयारी, गणवेश यावर जमातवादाचा भर असतो.

भारतातील जमातवाद

जमातवाद हा विचार भारतीय संदर्भात उदयाला आला आहे. भारतामध्ये जमातवाद व मूलतत्त्ववाद हे विचार ब्रिटिश काळातच निर्माण झालेले आहेत. तबलीगच्या मूलतत्त्ववादी कार्यातून मुस्लीम जमातवादी राजकारणाला भारतामध्ये जशी अनुकूल सामाजिक परिस्थिती निर्माण झाली; तसेच आर्य समाजाच्या कार्यामुळे हिंदूमध्ये हिंदू भावना निर्माण केली गेली. यातून हिंदू मुस्लीम अशी विभागणी घडून आली. मुस्लीम मुलतत्त्ववाद्यांनी मुस्लिमांच्या ऐक्यावर भर दिला. तसेच शीख जमातवादाने देखील १९८० च्या दशकात शीख धर्माच्या विरोधातील गोष्टींविरोधी भूमिका घेतली. सर्वच धर्मातील जमातवाद महिलांना स्वातंत्र्य नाकारताना दिसतो. भारतात हिंसा व दडपण यामुळे जमातवादाला थोडाफार प्रतिसाद मिळाला. एखाद्या विशिष्ट धर्माच्या लोकांमध्ये जमातवाद पसरविण्याचे एक साधन म्हणून भारतात जमातवादाचा वापर केला जातो.

१) जमातीकरण

भारतीय जमातवादाचे स्वरूप तीन प्रकारांद्वारे व्यक्त होते.
१) दोन वेगवेगळ्या धार्मिक गटांमधील हिंसाचार.
२) विविध धार्मिक गटांचा राज्यसंस्थेवर वर्चस्व निर्माण करण्याचा प्रयत्न.
३) धर्माच्या आधारे समाजामध्ये सामूहिक एकजूट घडवून आणणे.

१९ व्या शतकाच्या शेवटी हिंदू-मुस्लीम समाजातील जमातवाद अभिजनांचे हितसंबंध जपत होता. विसाव्या शतकाच्या आरंभी हिंदू-मुस्लीम समाजामध्ये सत्तास्पर्धा होती. या सत्तास्पर्धेमुळे व दंगलीमुळे या समूहांचे जमातीकरण झाले. १९२० ते १९४७ याकाळात धार्मिक दंगली, हिंदू-मुस्लिमांमध्ये संशयाचे वातावरण तसेच त्यांची स्वतंत्र ओळख घडविणारा हा काळ होता. मुस्लीम लीगच्या जमातवादी राजकारणामुळे हिंदुस्थानची फाळणी झाली. याचाच फायदा घेऊन हिंदू जमातवादी संघटनांनी हिंदूमध्ये धार्मिक जमातवाद पसरविला. १९४७ नंतरच्या काळात जमातवादाचा प्रसार मर्यादित होता.

१९८० नंतर भारतीय राजकारणावरील जमातवादाचा प्रभाव वाढला. पंजाबमधील खलिस्तान चळवळीने निर्माण केलेल्या शीख राष्ट्रवादाचा आधार धर्म हाच होता. शाहबानो प्रकरणातील निर्णय म्हणजे मुस्लीम धर्मात हस्तक्षेप आहे अशी भूमिका मुस्लीम जमातवादी संघटनांनी घेतला. हिंदुत्व निष्ठ संघटना अयोध्येतील रामजन्मभूमीच्या प्रश्नांवरून हिंदू आत्मभान निर्माण केले. यातून हिंदु-मुस्लीम दंगली निर्माण झाल्या. धार्मिक उत्सव, मिरवणुकींचा मार्ग, घोषणा, भगवा किंवा हिरवा ध्वज, आंतरधर्मीय विवाह, ऐतिहासिक स्थळांच्या नियंत्रणावरून हिंदू-मुस्लीम दंगली घडून आल्या. या दोन समाजातील सामाजिक व्यवहार जमातवादामुळे कमी झाले.

१) मुस्लीम जमातवादाचा विस्तार

जमातवादी संघटनांमार्फत जमातवादाचा विस्तार होतो. धर्मावर आधारलेली ओळख मुस्लीम जमातवादाने मुस्लीम धर्मियांची करण्यावर भर दिला. मुस्लीम समाज अशिक्षित असण्याबरोबर तो गरिब आहे व याला हिंदू जबाबदार आहेत. मुस्लीम मुलां-मुलींना वेगळे शिक्षण दिले जाते. उर्दू शिक्षणाच्या नावाखाली मुस्लिम समाजाला आधुनिकतेपासून दूर ठेवले जाते. यातूनच मुस्लीम ऐक्य व मुस्लीम जमातवाद प्रबळ होण्याची प्रक्रिया घडून येते.

२) हिंदू जमातवादाचा विस्तार

अल्पसंख्याक हे हिंदूविरोधी आहेत असा दावा केला जातो. हिंदू संस्कृतीचे गौरवीकरण केले जाते. धार्मिक रचनांबद्दल वाद महत्त्वाचा बनविला जातो. मध्यम व कनिष्ठ जातींमुळे देखील जमातवादाचा विस्तार झाला. जमातवादी व्यवहारामध्ये महिलांचा देखील सहभाग होता. 'हिंदू व्होट बँक' घडविण्याचे प्रयत्न हिंदू जमातवादाने केले. १९८० नंतरचे राजकारण हे केवळ व्होट बँकेचे राजकारण नसून जमातवादाचा सामाजिक आधार घडविण्याचे राजकारण आहे. आक्रमक जमातवाद हे या जमातवादाचे वैशिष्ट्य आहे. केवळ हिंदूंचे संघटन न करता हिंदूंच्या शक्तीचे राजकीय ताकदीमध्ये रूपांतर करण्यावर भर दिला जातो. भारतीय राजकारणाची चौकट बदलण्यावर हिंदू जमातवादाने भर दिला.

सारांश

जमातवादामुळे राजकारणात हस्तक्षेप होतो तसेच समाजाच्या जडणघडणीमध्येही हस्तक्षेप होतो. जमातवादी जाणिवा निर्माण करण्यावर भर दिला जातो. भारतामध्ये दंगली, सत्तेचे नियंत्रण व सार्वजनिक हस्तक्षेप या तीन माध्यमांद्वारे जमातवादाचा व्यवहार घडून येतो. जमातवाद ही विचारप्रणाली लोकशाहीतील सनदशीर मार्गांचा संकोच करते.

प्रकरण ८
प्रदेशवाद आणि विकासाचे प्रश्न

अ)   प्रदेशवादाची मुख्य कारणे आणि नमुने
ब)   विकासाचे प्रश्न

प्रस्तावना

       प्रदेश आणि त्या प्रदेशाच्या अस्मिता यांच्या संबंधावर आधारित राजकारण केले जाते. भारतीय संघराज्यातील एखाद्या विशिष्ट भूप्रदेशात राहाणाऱ्या लोकांनी प्रादेशिक तत्त्वाच्या आधारे आपल्या राजकीय अस्मितांची केलेली मांडणी म्हणजे प्रदेशवाद होय. विशिष्ट प्रदेशातील सामाजिक, सांस्कृतिक वैशिष्ट्यांना राजकीय पातळीवर मान्यता मिळवून देण्याचा प्रयत्न प्रदेशवाद विचारधारा करते. भिन्न सांस्कृतिक समाज असणाऱ्या भारतात प्रदेशवाद हा राजकारणाचा महत्त्वाचा आधार बनला आहे. भारतात प्रदेशवादाची मांडणी अनेक पातळ्यांवर झाली आहे. भाषेच्या आधारे घटकराज्यांची निर्मिती झाली आहे. उदा. मराठी भाषा बोलणाऱ्यांचे महाराष्ट्र हे राज्य १ मे १९६० रोजी निर्माण झाले. प्रदेशवादाच्या चळवळींमधूनच प्रादेशिक पक्षांचा उदय झाला. शिवाय प्रादेशिक अस्मितेवर आधारित विविध संघटना कृतिशील आहेत. कोकण भागात कोकण फाऊंडेशन आणि जागतिक कोकणी केंद्र यांच्याकडून कोकण या प्रादेशिक अस्मितेच्या आधारे संघटन केले जाते. १७ जानेवारी २००९ रोजी विश्व कोंकणी केंद्राचे उद्घाटन गोव्याचे मुख्यमंत्री दिगंबर कामत यांनी केले होते. या अगोदर १९३९ पासून कोकण या घटकाच्या आधारे अखिल भारतीय कोंकणी परिषद काम करत होती. यामध्ये केवळ प्रदेश हा एकच घटक दिसत नाही. प्रदेश आणि भाषा, जात, उपप्रदेश, धर्म, वंश अशा विविध घटकांच्या मिश्रणातून प्रादेशिकतेचे रसायन तयार होते. त्यामुळे त्यांचे वेगवेगळे नमुने दिसतात.

अ)   प्रदेशवादाची मुख्य कारणे आणि नमुने

१)   भाषिक राज्यांच्या चळवळी

       भारतीय संघराज्यात भाषा या घटकांच्या आधारे राज्याची पुनर्रचना करण्याची

मागणी केली जाते. ही मागणी स्वतंत्र्य पूर्वकाळापासूनची आहे. भाषा हा घटक राष्ट्रीय ऐक्यापुढील एक महत्त्वाची समस्या आहे. ही समस्या नीटनेटकेपणे सुटली नाही; त्यामुळे समान भाषिकांमध्ये ऐक्य व इतर भाषिकांबद्दल परद्वेष निर्माण झाला. भाषिक अस्मितांची जडणघडण झाली. भाषिक अस्मितांच्या माध्यमाद्वारे हितसंबंधाचे दावे केले गेले. सत्तेचा दावा भाषिक मुद्यांच्या आधारे केला गेला. राज्यांमध्ये या राजकीय प्रक्रिया गतिशील राहिल्या आहेत. बिहारमध्ये मिथिला राज्याची मागणी भाषेच्या आधारे केली जाते. या शिवाय जुनी उदाहरणे म्हणजे गुजरात, महाराष्ट्र, कर्नाटक अशी विविध आहेत. स्वतंत्र आंध्र प्रदेशाच्या मागणीसाठी पोट्टु श्रीरामलू यांनी हौतात्म्य पत्करले होते. तेव्हा प्रचंड आंदोलने झाली. या प्रकारच्या नमुन्यातील प्रदेशवाद आजही सुरू आहे. पश्चिम बंगाल मधील नेपाळी भाषिक नागरिकांनी स्वतंत्र गोरखालँड राज्यासाठी चळवळ चालवली आहे. या मुद्याच्या बरोबरच भाषा या घटकांच्या आधारे राज्यांच्या सीमांची चळवळ भारतात चालवली जाते. उदाहरण म्हणजे महाराष्ट्रात बेळगाव, कारवार, धारवाड अशा मराठी भाषिक प्रदेशांचा समावेश करावा. यासाठी महाराष्ट्रातील संघटना चळवळ करतात.

२) असमतोल विकास

भारतात मिश्र अर्थव्यवस्था १९९० पर्यंत होती. नव्वदीच्या दशकापासून जागतिकीकरण ही अर्थव्यवस्था राबविली जाते. या दोन्ही अर्थव्यवस्थांमुळे विकासाचा प्रश्न सुटला नाही. भारतात सामाजिक आणि आर्थिक विकास असमान पद्धतीने झाला आहे. त्यांचा परिणाम होऊन बिहार, मध्यप्रदेश, राजस्थान आणि उत्तर प्रदेश अशा राज्यात प्रदेशवादी चळवळी आणि प्रादेशिक पक्षांचा उदय झाला आहे.

३) मागास राज्य

देशाच्या वेगवेगळ्या भागांच्या विकासामध्ये संतुलन रहावे व प्रत्येक प्रदेशाच्या विकास करण्याच्या क्षमतेचा जास्तीत जास्त वापर होऊन त्याचा फायदा त्या प्रदेशाला मिळावा ही नियोजनाची उद्दिष्टे होती. परंतु, आजपर्यंत ती पूर्ण झालेली नाहीत. सर्वांत जास्त दरडोई उत्पन्न असलेला पंजाब व सर्वांत कमी दरडोई उत्पन्न असलेल्या अरुणाचल प्रदेश, नागालँड यांच्यातील दरी वाढतच आहे. देशाच्या दरडोई उत्पन्नात वाढ होत आहे असे दिसत असले तरी ती दरडोई वाढ संपूर्ण देशाची नसून काही विशिष्ट राज्याच्या उत्पन्नात झालेली वाढ आहे. उदा. पंजाब, हरियाणा, गुजरात, महाराष्ट्र ही राज्ये प्रगत राज्ये आहेत. इतर राज्ये व केंद्रशासित प्रदेश मागास राहिले आहेत. शहरीकरण, वीजपुरवठा, रस्ते, बँका, शेती उत्पन्न याबाबींमध्ये प्रगत व अप्रगत

राज्यांमध्ये मोठा फरक आहे. प्रगत राज्यांच्या तुलनेत अप्रगत राज्यांमध्ये दारिद्र्यरेषेखालील लोकसंख्येचे प्रमाणदेखील जास्त आहे. ओरिसा, त्रिपुरा, मणिपूर, आसाम, अरुणाचल प्रदेश, नागालँड या राज्यांमध्ये विकासाच्या प्रश्नावरून फार मोठा असंतोष निर्माण झालेला आहे. विकासाच्या विशेष संधी मिळाव्यात ही या राज्याची प्रमुख मागणी आहे. परकीय गुंतवणुकदारांनी आपल्याच घटकराज्यांमध्ये गुंतवणूक करावी यासाठी आज राज्या-राज्यांमध्ये स्पर्धा निर्माण झाली आहे. उदा. महाराष्ट्र व गुजरात या राज्यांमध्ये मोठमोठे प्रकल्प यावेत म्हणून गुंतवणुकदारांना राज्य अधिक-सोयी सवलती देत आहेत. यातून भांडवलदारांनी निवडलेल्या भागात कारखाने निघत आहेत म्हणजेच भांडवलशाहीतून मोठ्या प्रमाणावर प्रादेशिक विषमता वाढीस लागली आहे.

भारतामध्ये प्रगत राज्य आणि मागास राज्य अशी वर्गवारी केली जाते. आंध्रप्रदेश, गुजरात, हरियाना, कर्नाटक, केरळ, महाराष्ट्र, पंजाब, तमिळनाडू यांचा समावेश प्रगत राज्यांमध्ये होतो. तर दुसरे वर्गीकरण मगास राज्य या स्वरूपाचे आहे. त्यामध्ये आसाम, बिहार, मध्यप्रदेश, ओरिसा, राजस्थान, उत्तर प्रदेश, पश्चिम बंगाल यांचा समावेश होतो. अशा दोन पद्धतींच्या विकासामुळे भारतीय संघराज्यात प्रादेशिकवाद निर्माण झाला आहे. या दोन्ही विभागांमध्ये तुलना करता असे दिसते की, प्रगत राज्यांमध्ये गरिबीचे सरासरी प्रमाण कमी आहे. प्रगत राज्यांच्या तुलनेत मागास राज्यांमध्ये गरिबीचे प्रमाण जास्त आहे.

४) प्रदेशाअंतर्गत प्रादेशिक विषमता आणि स्वतंत्र्य राज्याचा दर्जा

राज्यांच्या अंतर्गतपणे एका किंवा दोन उपप्रदेशांचा सामाजिक आणि आर्थिक विकास असमान पद्धतीने झाला आहे. त्यामुळेही राज्यांच्या अंतर्गत भागात उपप्रदेशवाद वाढला आहे. उदा. महाराष्ट्रातील विदर्भ विभागात वेगळ्या विदर्भ राज्यांची चळवळ आणि आंध्र प्रदेशात तेलंगणा चळवळ हे या प्रकारचे उदाहरण आहे. खाजगी गुंतवणूक या प्रकारामुळे राज्यांमध्ये प्रादेशिक पातळीवर मागासलेपणात वाढ झाली. या बरोबरच राज्यांच्या अंतर्गतपणे एका किंवा दोन उपप्रदेशांचा सामाजिक आणि आर्थिक विकास असमान पद्धतीने झाला आहे. त्यामुळे उपप्रदेशवाद विस्तारला आहे.

५) जात आणि वंशावर आधारित प्रदेशवाद

प्रदेशवादी अस्मिता या जात आणि वंश या दोन घटकांच्या आधारे घडतात. भाषा या घटकांच्या आधारे जी राज्ये स्थापन झाली. त्या राज्यांमध्ये विशिष्ट प्रदेशात विशिष्ट समूह वास्तव्य करत होते. त्यांनी त्या भागात त्यांच्या ऐतिहासिक स्मृतींच्या

आधारे प्रादेशिक अस्मिता घडवल्या आहेत. उदाहरण म्हणजे कनार्टक राज्यातील काही भागात वोक्कलिगा आणि लिंगायत यांच्या अस्मिता प्रभावी ठरणाऱ्या आहेत; तर गुजरातमध्ये पाटीलदार यांच्या अस्मिता प्रभावी ठरतात. याच नियमानुसार महाराष्ट्रात देखील मराठा अशी एक अस्मिता काम करते. आदिवासी भागात देखील आदिवासी समाजाच्या इतिहासावर आधारित अस्मिता घडल्या आहेत. त्यांचा त्या त्या समूहाला अभिमान आहे. यामुळे एकूण देशात अस्मिता आणि प्रदेश यांचे समीकरण उभे राहते. ईशान्येकडील राज्यात तेथील वंशाच्या आधारे वेगळ्या राज्याची मागणी केली गेली आहे. त्यामुळे वंश हा घटक इतिहास, परंपरा, त्यांच्या चालीरिती यांच्या आधारे वेगळ्या राज्यांची मागणी करतो.

६) खाजगी गुंतवणुकीचा नमुना

खाजगी गुंतवणूक या प्रकारामुळे राज्यांमध्ये प्रादेशिक पातळीवर मागासलेपणात वाढ झाली. १९९१ च्या आरंभी आर्थिक सुधारणांच्या कार्यक्रमास वेग आला. खाजगी गुंतवणुकीला भारतीय संघराज्यात विविध राज्यांना प्रेरणा देण्यात आली. आर्थिक विकासाच्या संदर्भात खाजगी गुंतवणूक हा एक पर्याय राज्यांनी स्वीकारला. नवीन गुंतवणुकदारांसाठी विविध करांमध्ये सवलती देण्याचे नियम केले गेले. तसेच विशेष सुविधा देण्यात आल्या. त्यामुळे काही राज्यांमध्ये विशेष आर्थिक क्षेत्राचा विकास झाला; तर काही क्षेत्रे ही त्यापासून अलिप्त राहिली. या गोष्टीचा अंतिम परिणाम राज्यांमधील मागास आणि प्रगत यांच्यातील अंतर वाढत गेले. त्यामुळे स्थलांतराचे प्रमाण वाढले. यातून प्रगत राज्य मागासांना विरोध करू लागली. तसेच मागासांनी प्रगतांच्या विरोधात आंदोलने उभी केली. १९९१ ते २000 या दरम्यान प्रगत राज्यात ६६.७ टक्के गुंतवणूक केली होती. मागास राज्यात २७.४ टक्के गुंतवणूक करण्यात आली.

७) परप्रांतीयांना प्रतिबंध

मागास प्रदेशातील नागरिक प्रगत राज्यात स्थलांतर करतात. स्थलांतरांचे कारण शिक्षण, रोजगार, विवाह अशी विविध कारणे आहेत. परंतु, मागास भागातील नागरिक प्रगत राज्यातील रोजगार मिळवतात. त्यामुळे भूमीपुत्रावर अन्याय होतो; अशा प्रकारची अस्मिता घडते. त्या अस्मितेमुळे बिहार, ओरिसा, राजस्थान, उत्तरप्रदेश अशा प्रदेशातील लोकांच्या स्थलांतरावर बंदी घालण्याच्या मागण्या प्रगत राज्यातून केल्या जातात. ईशान्येकडील राज्यात घुसखोरीच्या संदर्भात देशील असेच मुद्दे उपस्थित झाले आहेत. आसाम राज्यात ऑल आसाम स्टुडन्ट्स युनियन (आसू) यांनी परकीय घुसखोरीच्या प्रश्नावर आंदोलन चालवले होते.

८) राज्यांसाठी स्वायत्ततेची मागणी

भारतीय संघराज्यात केंद्र सत्ता आणि अधिकाराच्या संदर्भात प्रबळ झाले आहे. त्यामुळे राज्यांना सत्ता आणि अधिकार कमी मिळतात. यामधून राज्य केंद्रांच्या विरोधात जातात. यामधून राज्यात प्रदेशवादी अस्मिता निर्माण होतात. राज्यांचे हितसंबंध वेगळे व केंद्राचे हितसंबंध वेगळे अशी भूमिका राज्यांकडून घेतली जाते. या पार्श्वभूमीवर आधारित राज्यांनी स्वायत्ततेची मागणी केली आहे. ज्या साठ व सत्तरीच्या दशकांत काँग्रेस पक्षाच्या विरोधातील सरकारे राज्यांमध्ये आली. तेव्हा राज्यांच्या विरोधात केंद्रातील सरकार गेले. त्यामुळे राज्याकडून या प्रकारच्या मागण्या आल्या होत्या.

ब) असमतोल विकासाचे प्रश्न

भारतीय राजकारणात असमतोल विकासाचे प्रश्न कळीचे आहेत. समान विकास हे सूत्र डावलले गेले त्यामुळे असमतोल विकास झाला. दांडेकर समितीने असमतोल विकासाच्या संदर्भात अनुशेषांची कल्पना मांडली आहे. भारतात गरिबी, शिक्षण, आरोग्य या मुद्यांच्या आधारे असमतोल विकास समजून घेता येतो. असमतोल विकास झाला म्हणून महाराष्ट्रात वैधानिक विकास मंडळाची स्थापना करण्यात आली. भारतीय पातळीवर काही राज्य प्रगत आणि काही राज्य मागास अशी विकासाच्या असमतोलाची वस्तुस्थिती आहे. अशा असमतोल विकासाच्या मुद्यांच्याभोवती राजकारण घडत जाते. दुसऱ्या शब्दांत राजकीय प्रक्रिया या मुद्यांच्या भोवती घडते. राजकीय पक्ष या मुद्द्यांच्या आधारे मतदारांचे दोन गटांमध्ये किंवा दोन पेक्षा जास्त गटांमध्ये विभाजन करतात. त्यामुळे असमतोल विकासाचे प्रश्न हा केवळ आर्थिक मुद्दा रहात नाही. त्यांचा संबंध राजकारणाशी येतो. तेव्हा असमतोल विकासाच्या प्रश्नांच्या संदर्भातील सार्वजनिक धोरणाची चर्चा होते. अशा एका व्यापक राजकीय प्रक्रियेच्या संदर्भातील गरिबी, शिक्षण, आरोग्य हे प्रश्न पुढील प्रमाणे आहेत.

१) गरिबी

गरिबी हा घटक राज्यांमधील असमतोल विकास मोजण्यासाठी उपयुक्त ठरतो. जास्त गरीब राज्य ही असमतोल विकास झालेली असतात. भारताचा आर्थिक विकास जरी वेगाने होत असला तरी भारतातील बहुसंख्य लोक अजूनही अतिशय दारिद्र्यात राहतात. याचे मुख्य कारण भारतात संपत्तीची वाटणी विषम आहे. भारतीय राज्यसंस्था गरिबीत कपात करण्याचा प्रयत्न करते. त्यामुळे गेल्या काही दशकात गरिबीत कपात झाली असली तरी २००४-०५ च्या आकड्यांनुसार भारतातील २७.५ टक्के लोक दारिद्र्यरेषेच्या खाली होते. तर एनसीएयुएस च्या असंघटित क्षेत्रांतील उद्योगांच्या

राष्ट्रीय आयोगानुसार ७० किंवा ८० कोटी भारतीय प्रतिदिवसी २० रुपये किंवा कमी इतक्या उत्पन्नावर निभावून नेतात. यावरून भारतामध्ये गरिबीचा प्रश्न गंभीर आहे, असे दिसते. हा मुद्दा सोबतच्या तक्त्यावरूनही स्पष्ट होतो.

तक्ता क्रमांक १
घटक राज्यातील दारिद्र्यरेषेखालील लोकसंख्येचे ग्रामीण, शहरी वर्गीकरण १९९९-२०००

अ.क्र.	राज्य केंद्र	ग्रामीण		शहरी		एकूण	
		लाखात	टक्के	लाखात	टक्के	लाखात	टक्के
१	आंध्रप्रदेश	५८.१३	११.०५	६०.८८	२६.६३	११९.०१	१५.७७
२	अरुणाचल प्रदेश	३.८०	४०.०४	०.१८	७.४७	३.९८	३३.४७
३	आसाम	९२.१७	४०.०४	२.३८	७.४७	९४.५५	३६.०९
४	बिहार	३७६.५१	४४.३०	४९.१३	३२.९१	४२५.६४	४२.६०
५	गोवा	०.११	१.३५	०.५९	७.५२	०.७०	४.४०
६	गुजरात	३९.८०	१३.१७	२८.०९	१५.५९	६७.८९	१४.०७
७	हरियाणा	११.९४	८.२७	५.३९	९.९९	१७.३४	८.७४
८	हिमाचल प्रदेश	४.८४	७.९४	०.२९	४.६३	५.१२	७.६३
९	जम्मू काश्मीर	२.९७	३.९७	०.४९	१.९८	३.४६	३.४८
१०	कर्नाटक	५९.९१	१७.३८	४४.४९	२५.२५	१०४.४०	२०.०४
११	केरळ	२०.९७	९.३८	२०.०७	२०.२७	४१.०४	१२.७२
१२	मध्यप्रदेश	२१७.३२	३७.०६	८१.२२	३८.४४	२९८.५४	३७.४३
१३	महाराष्ट्र	१२५.१२	२३.७२	१०२.८७	२६.८१	२२७.९९	२५.०२
१४	मणिपूर	६.५३	४०.०४	०.६६	७.४७	७.१९	२८.५४
१५	मेघालय	७.८९	४०.०४	०.३४	७.४७	८.२३	३३.८७
१६	मिझोराम	१.४०	४०.०४	०.४५	७.४७	१.८५	१९.४७
१७	नागालँड	५.२१	४०.०४	०.२८	७.४७	५.४९	३२.६७
१८	ओरिसा	१४३.६९	४८.०१	२५.४०	४२.८३	१६९.०९	४७.१५
१९	पंजाब	१०.२०	६.३५	४.२९	५.७५	१४.४९	६.१६
२०	राजस्थान	५५.०६	१३.७४	२६.७८	१९.८५	८१.८३	१५.२८
२१	सिक्कीम	२.००	४०.०४	०.०४	७.४७	२.०५	३६.५५
२२	तमिळनाडू	८०.५१	२०.५५	४९.९७	२२.११	१३०.४८	२१.१२
२३	त्रिपुरा	१२.५३	४०.०४	०.४९	७.४७	१३.०२	३४.४४
२४	उत्तरप्रदेश	४१२.०१	३१.२२	११७.८८	३०.८९	५२९.८९	३१.१५
२५	पश्चिम बंगाल	१८०.११	३१.८५	३३.३८	१४.८६	२१३.४९	२७.०२
२६	अंदमान निकोबार	०.५८	२०.५५	०.२४	२२.११	०.८२	२०.९९
२७	चंदीगड	०.०६	५.७५	०.४५	५.७५	०.५१	५.७५

२८	दादरा नगर हवेली	०.३०	१७.५७	०.०३	१३.५२	०.३३	१७.१४
२९	दिव दमण	०.०१	१.३५	०.०५	७.५२	०.०६	४.४४
३०	दिल्ली	०.०७	०.४०	११.४२	९.४२	११.४९	८.२३
३१	लक्षद्वीप	०.०३	९.३८	०.०८	२०.२७	०.११	१५.६०
३२	पाँडेचेरी	०.६४	२०.५५	१.७७	२२.११	२.४१	२१.६७
	संपूर्ण भारत	१९३२.४३	२७.०९	६७०.०७	२३.६२	२६०२.५०	२६.१०

आरोग्य

आरोग्य हा घटक देखील असमतोल विकासाचे एक लक्षण ठरते. ज्या राज्यांमध्ये आरोग्याच्या सेवासुविधा नाहीत त्या राज्यांमध्ये विकास झालेला नसतो. भारत सरकारचे आरोग्य आणि कुटुंब कल्याण मंत्रालय आरोग्याचे प्रश्न सोडवण्यात पुढाकार घेते. शारीरिक, मानसिक, सामाजिक दृष्टीने व्यवस्थित आणि रोगमुक्त असण्याची अवस्था म्हणजेच आरोग्य. आरोग्याशी संबंधित सार्वजनिक योजनांची आखणी, त्या योजनांची अंमलबजावणी हा मुद्दा त्यामध्ये महत्त्वाचा आहे. या दोन गोष्टींच्या पुढे जाऊन राजकीय पक्ष स्वतंत्रपणे धोरणाचे आणि अंमलबजावणीचे मूल्यमापन जनसमूहापुढे मांडतात. आरोग्याच्या विषयावर कार्यक्रम घेतले जातात. त्यामुळे प्राथमिक आरोग्य केंद्र, जिल्हा रुग्णालय आणि पोषण आहार, स्वच्छता आणि व्यायाम अशा विविध गोष्टींच्याभोवती राज्यातील असमतोल विकासाचे मोजमाप होते. राष्ट्रीय ग्रामीण आरोग्य मोहीम ही योजना १८ राज्यांत राबवली जाते. सार्वजनिक आरोग्य निर्देशक किंवा पायाभूत सुविधा कमकुवत आहेत तेथे ही योजना राबवली जाते. या मोहिमेचा कालावधी २००५-२०१२ असा होता. ६० वर्षांपेक्षा जास्त वयाच्या नागरिकांना एकाच दिवसात सर्व प्रकारच्या तपासण्या आणि सेवा देण्याची योजना आहे. शहरी भागाच्या तुलनेत ग्रामीण भागात आरोग्याच्या सोई व सुविधा नाहीत. त्यामुळे शहरांच्या तुलनेत ग्रामीण भागाचा विकास असमतोल पद्धतीने होतो. या प्रमाणेच आदिवासी भागात आरोग्याच्या बद्दल असमतोल दिसतो.

शिक्षण

शिक्षण हा घटक देखील असमतोल विकासाचे एक लक्षण ठरते. ज्या राज्यांमध्ये शिक्षणाच्या सेवासुविधा नाहीत त्या राज्यांमध्ये विकास झालेला नसतो. या कारणामुळे मराठवाडा व विदर्भ विभागातून चांगल्या शिक्षणाची मागणी केली गेली होती. शिवाय ईशान्य भारतातील विद्यार्थी शिक्षणासाठी प्रगत राज्यात स्थलांतर करतात. शिक्षणामुळे क्षमतांचा विकास होतो. शिवाय शिक्षणामुळे विकासासाठी लागणाऱ्या तंत्र व क्षमता असलेल्या उच्च शिक्षिताची गरज असते. मागास भागात

उच्च शिक्षित लोक जात नाहीत. त्यामुळे तेथे विकासाच्या कल्पना राबविता येत नाहीत, असा दावा केला जातो.

सारांश

असमतोल विकास भारतातील प्रत्येक राज्यात झाला आहे. तेलंगणा, कच्छ, बुंदेलखंड, उत्तर प्रदेश, विदर्भ अशी यांची विविध उदाहरणे आहेत. त्यामुळे विकासाचे प्रारूप कोणते असावे हा एक महत्त्वाचा प्रश्न उपस्थित होतो.

पारिभाषिक शब्दावली

Border Issue	सीमा प्रश्न
Cabinet-Judiciary	कॅबिनेट न्यायमंडळ
Caste	जात
Centre –State Relations	केंद्र-राज्य संबंध
Chief Minister	मुख्यमंत्री
Communalism	जमातवाद
Constituent Assembly	घटना समिती
Directive Principles of State Policy	राज्याच्या धोरणाची मार्गदर्शक तत्त्वे
Electoral System	निवडणूक व्यवस्था
Federalism	संघराज्यवाद
Fundamental Duties	मूलभूत कर्तव्य
Fundamental Rights	मूलभूत हक्क
Governor	राज्यपाल
High Court	उच्च न्यायालय
Identity	अस्मिता
Independent Judiciary	स्वतंत्र न्यायमंडळ
Issues of Conflict	संघर्षाचे प्रश्न
Issues of Development	विकासाचे प्रश्न
OBCs	इतर मागास वर्ग
Parliamentary Democracy	संसदीय लोकशाही
Party System	पक्ष पद्धती
Pattern	प्रारूपे
Philosophy of the Preamble	सरनाम्याचे तत्त्वज्ञान
Poverty Eradication	दारिद्र्य निर्मूलन

President	राष्ट्रपती
Prime Minister	पंतप्रधान
Regional Imbalance	प्रादेशिक असमतोल
Regional Parties	प्रादेशिक पक्ष
Regionalism	प्रदेशवाद
Religion	धर्म
Sharing of Resources	संसाधनांची भागीदारी
Social Justice	सामाजिक न्याय
Social Transformation	सामाजिक परिवर्तन
Supreme Court	सर्वोच्च न्यायालय
Uneven Development	असमतोल विकास
Union Executive	केंद्रीय कार्यकारी मंडळ
Union Legislature	केंद्रीय कायदेमंडळ
Voting Behaviour	मतदान वर्तन
Water Issue	पाणी प्रश्न

संदर्भसूची

मराठी

१) व्होरा राजेंद्र व सुहास पळशीकर, अनु : चित्रा लेले, २०१०, भारतीय लोकशाही अर्थ आणि व्यवहार, डायमंड पब्लिकेशन, पुणे.

२) यादव योगेंद्र, सुहास पळशीकर, पीटर डिसूझा, अनु : मनोहर सोनवणे, संपा : सुहास कुलकर्णी, २०१०, लोकशाही जिंदाबाद, २०१०, समकालीन प्रकाशन, पुणे.

३) साठे सत्यरंजन, २००२, भारताच्या राज्यघटनेची ५० वर्षे, कॉन्टिनेन्टल प्रकाशन, पुणे.

४) पळशीकर सुहास, सुहास कुलकर्णी (संपा.), २०१०, सत्तासंघर्ष, समकालीन प्रकाशन, पुणे.

५) पळशीकर सुहास, २००९, समकालीन भारतीय राजकारणाचे विश्लेषण, राज्यशास्त्र व लोकप्रशासन विभाग, पुणे विद्यापीठ, पुणे.

६) पळशीकर सुहास, २००६, जमातवाद, धर्मनिरपेक्षता आणि लोकशाही, २००६, पुणे.

७) दातार अभय, विवेक घोटाळे (अनु.), २०१२, स्वातंत्र्यापासनूचे भारताचे राजकारण, राज्यशास्त्र व लोकप्रशासन विभाग, पुणे विद्यापीठ, पुणे.

८) सुमंत यशवंत, २०१२, भारतीय लोकशाहीचे चर्चाविश्व : काही निरीक्षणे, महाराष्ट्र राज्यशास्त्र व लोकप्रशासन परिषद, पुणे.

९) बाचल, वि. मा., राजेंद्र व्होरा, सुहास पळशीकर, यशवंत सुमंत, राज्यशास्त्र अभ्यासपुस्तक, पुणे विद्यापीठ.

१०) कांबळे बाळ, अलीम वकिल, पी. डी. देवरे, २०१२, भारतीय राज्यघटना, राजकारण आणि कायदा, २०१२, डायमंड पब्लिकेशन, पुणे.

११) तुकाराम जाधव, महेश शिरापूरकर, २०११, भारतीय राज्यघटना व घटनात्मक प्रक्रिया, द युनिक ॲकॅडमी, पुणे.

१२) भोळे भास्कर, १९८७, भारतीय राज्यव्यवस्था, पिंपळापुरे प्रकाशन, नागपूर.

१३) पळशीकर सुहास (संपा.), २००९, भारतातील प्रादेशिक पक्षांचे राजकारण, साधना प्रकाशन, पुणे.

१४) पाटील बी. बी., उर्मिला चव्हाण, २००३, भारतीय शासन आणि राजकारण, फडके प्रकाशन, कोल्हापूर.

१५) पळशीकर सुहास, २००९, भारताच्या राजकारणाचा ताळेबंद, राज्यशास्त्र व लोकप्रशासन विभाग, पुणे विद्यापीठ, पुणे.

१६) व्होरा राजेंद्र, सुहास पळशीकर (संपा), राज्यशास्त्र कोष, १९८७, दास्ताने प्रकाशन, पुणे.

१७) फडके य. दि., २००६, राज्यपाल घटना आणि वास्तव, के. सागर पब्लिकेशन्स, पुणे.

१८) देशमुख अलका, २०१०, भारतीय शासन आणि राजकारण, श्री साईनाथ प्रकाशन, नागपूर.

१९) पळशीकर सुहास, मागास जातींच्या राजकारणाचे रणमैदान : बिहार, १६ मे ते ३१ मे २०१३, परिवर्तनाचा वाटसरू, पुणे.

English

1) Hoveyda Abbas, Ranjay Kumar, 2011, Mohammed Aftab Alam, Indian Government and Politics, Pearson, Delhi, India.
2) Basu. D.D. 1994, An Introduction to the Constitution of India, New Delhi, Princeton Hall.
3) G. Austin, 1966, The Indian Constitution, Corner Stone of Nation, Oxford, Oxford University Press.
4) Jha Rajesh, 2012, Fudnamentals of Indian Political System, Dorling Kindersley (India) Pvt.Ltd. Pearson Education Society Delhi.
5) P. Brass, 1994, Politics of Indian since Independence, 2nd edn., Cambridge, Cambridge University Press.

6) A Kohli, 1991, Democracy and Discontent : India's Growing Crisis of Governability, Cambridge, Cambridge University Press.

7) A. G. Noorain (ed.), 2000, Constitutional Questions in India : The President, Parliment and the States, Delhi, Oxford University Press.

8) Vora Rajendra and Suhas Pulshikar,(eds) 2004, Indian Democracy : meaning and Practice, Sage Publication, New Delhi.

9) T. V. Sathyamurthy, 1996, Social change and Political Discourse in India : Structures of Power, movements of Rersistance, Vol.4, Oxford University Press.

10) Singh Mahendra Prasad and Raj Subhendu Ranjan, 2012, The Indian Political System (edt) During Kindersley (India) Pvt.Ltd. Pearson Education Society, Delhi.